'कॉन्शसनेस हील्स' हा अध्यात्म शास्त्राचा उत्तम नमुना आहे. आपण केवळ भौतिक शरीरे नसून, शुद्ध जाणिवांचा परिपाक आहोत, हे सार्वत्रिक सत्य आपल्याला या पुस्तकामुळे समजते. आपणच आपले अस्तित्व निर्माण करतो, आपले आरोग्य आपल्याच हातात आहे आणि आपणच आपल्या आजाराला कारणीभूत आहोत, ही दुसरी महत्त्वाची गोष्ट आपल्याला समजते. बहुतांश मानवजातीला अजून हे समजायचे आहे. कमालीच्या सोप्या व सहज भाषेत ही सत्ये डॉ. न्यूटन यांनी या पुस्तकात विशद केली आहेत. पुस्तकात सांगितलेली प्रात्यक्षिके आणि ध्यानसत्रे यामुळे मिळणाऱ्या सखोल अनुभवांमुळे यातील शिकवण दैनंदिन जीवनात खूप चांगल्या प्रकारे उपयोगात आणता येते.

— ब्रह्मर्षी पत्रीजी

'पिरॅमिड स्पिरिचुअल सोसायटीज मूव्हमेंट'चे संस्थापक व 'बी अ मास्टर' या आणि अशा अनेक अध्यात्म-विज्ञानावरच्या पुस्तकांचे लेखक

आपल्या जाणिवांचा मुळापर्यंत शोध घेणारे, निर्मितीच्या उगमाचा जाणिवांशी असलेला दुवा शोधणारे आणि शरीर, मन व भावनांमधून त्यांची होणारी अभिव्यक्ती स्पष्ट करणारे डॉ. न्यूटन यांचे 'कॉन्शसनेस हील्स' हे पुस्तक अत्यंत प्रेरणादायी आहे. शरीर आपल्याशी कसा संवाद साधते, अंतर्मनात खोलवर रुजलेले संघर्ष आजारपणात कसे सूचित होतात आणि स्वास्थ्याला विरोध करणाऱ्या समजुती कसे आजार वाढवतात, हे ते अतिशय छान स्पष्ट करतात. स्वतःला बरे करण्याची प्रत्येक मनुष्यात असलेली क्षमता प्रकट होण्यासाठी अनेक सोपे आणि प्रभावशाली उपाय या पुस्तकामुळे आपल्याला समजतात.

— सूझन जी. शम्स्की

'हाऊ टु हिअर द व्हॉइस ऑफ गॉड'सह इतर ७ पुस्तकांची पुरस्कारविजेती लेखिका

विशिष्ट परिस्थितीने बनलेले बाह्य जग व आपल्या समजुती आणि मनातील भाव-भावनांचे अनुभव व आजारपण यातील दुवा डॉ. न्यूटन यांनी 'कॉन्शसनेस हील्स'मध्ये स्पष्ट केला आहे. त्याचबरोबर आपल्यातील असीम, अमर्याद क्षमता व मूलतत्त्वाचा पुनर्शोध घेण्यासाठी त्यांनी ध्यानाबरोबरच काही सोपे मार्गही दाखवले आहेत.

— ब्रँडन बेज

'द जर्नी' या आंतरराष्ट्रीय पातळीवर प्रसिद्धी पावलेल्या पुस्तकाचे लेखक

आपल्या नैसर्गिक स्वास्थ्य आणि सुसंवादाच्या स्थितीला पोचण्याची गुरुकिल्ली 'कॉन्शसनेस हील्स' या पुस्तकातून डॉ. न्यूटन कोन्दाविती आपल्याला देतात. त्यांच्या या प्रेरणादायी आणि उचित भेटीमुळे आपल्या आणि इतर अनेकांच्या मनाच्या गाभ्यामध्ये प्रेम, आनंद आणि शांतीची कंपने पुनःप्रस्थापित होणार आहेत. त्यातून अनेकांचे आणि पर्यायाने आपल्या पृथ्वीमातेचे मंगल-कुशल होणार आहे. स्वास्थ्यपूर्णतेकडे नेणारी शक्ती आपल्या आत उत्पन्न होऊनच बाहेर पसरते, हे समजणाऱ्या सर्वांनी या व्यावहारिक साधनांनी युक्त अशा पुस्तकाचा लाभ घ्यावा, असे आम्हाला अगदी मनापासून वाटते.

— विनी आणि कीज वान डी वेल्डेन

'सेराफिम फाउंडेशन'

'Consciousness Heals' या इंग्रजी पुस्तकाचा अनुवाद

स्वजाणिवेतून स्वास्थ्यप्राप्ती

डॉ. न्यूटन कोन्दाविती, एम.डी.

अनुवाद

डॉ. अश्विनी घैसास

मेहता पब्लिशिंग हाऊस

♦ *या पुस्तकातील लेखकाची मते, घटना, वर्णने ही त्या लेखकाची असून, त्याच्याशी प्रकाशक सहमत असतीलच असे नाही.*

CONSCIOUSNESS HEALS by Dr. NEWTON KONDAVETI, MD.
Copyright © Dr.Newton Kondaveti, M.D.
Originally Published in English by Life Publications, INDIA 2012
Translated into Marathi Language by Dr. Ashwini Ghaisas

स्वजाणिवेतून स्वास्थ्यप्राप्ती / मार्गदर्शनपर

अनुवाद   : डॉ. अश्विनी घैसास

author@mehtapublishinghouse.com

मराठी अनुवादाचे व प्रकाशनाचे हक्क मेहता पब्लिशिंग हाऊस, पुणे.

प्रकाशक : सुनील अनिल मेहता, मेहता पब्लिशिंग हाऊस,
               १९४१, सदाशिव पेठ, माडीवाले कॉलनी, पुणे - ३०.

मुखपृष्ठ   : फाल्गुन ग्राफिक्स

प्रथमावृत्ती : ऑगस्ट, २०१९

P Book ISBN 9789353172527
E Book ISBN 9789353172534
E Books available on : play.google.com/store/books
                         www.amazon.in

नोट : कोणतेही उपचार करण्याचा या पुस्तकाचा हेतू नाही. तुम्ही आरोग्यासाठी घेत असलेली कुठलीही उपचार पद्धती थांबवण्याचा सल्ला हे पुस्तक देत नाही. जागरूक होऊन व स्वतःमधली हीलिंगची अमर्याद क्षमता जागवून स्वतःच्या स्वास्थ्यप्राप्तीच्या प्रक्रियेत जाणीवपूर्वक सहभागी होता यावे यासाठी प्रोत्साहन देणे आणि मदत करणे, हा या पुस्तकामागचा हेतू आहे.

जिच्या साहचर्यामुळे आणि बिनशर्त प्रेमामुळे मी अनेक झंझावाती वादळे
तरून गेलो, त्या माझ्या सखीला- लक्ष्मीला हे पुस्तक अर्पण करत आहे.
आमच्या निरागस प्रेमाचा सुगंध आमच्या सहजीवनात सदैव दरवळत राहो.

– डॉ. न्यूटन कोन्दाविती

लेखकाचे निवेदन

माझ्या प्रिय मित्रांनो,

'कॉन्शसनेस हील्स' हे मी लिहिलेले पहिले पुस्तक आहे आणि म्हणूनच माझ्या हृदयात त्याला एक विशेष स्थान आहे.

सुमारे पंचवीस वर्षांपूर्वी रिचर्ड बाक यांनी लिहिलेले 'जोनाथन लिव्हिंगस्टन सिगल' हे पुस्तक मी वाचले, तो दिवस मला अजूनही स्पष्ट आठवतो आहे. एखाद्या व्यक्तीचे उद्बोधन करण्याची, तिच्यात आमूलाग्र बदल घडवून आणण्याची केवढी मोठी शक्ती एखाद्या प्रेरणादायी पुस्तकामध्ये असू शकते, याचा मला साक्षात्कार झाला. त्या पुस्तकाची पाने उलटताना वेळोवेळी डोळे भरून आले. माझा वृथा अभिमान डोळ्यांसमोर गळून पडताना दिसला. स्व-समर्थन करणारे विचार, शब्द एकाएकी लुप्त होऊन मी निरुत्तर झालो. त्यातून एक संपूर्ण 'नवा मी' उदयाला आलो. त्या पुस्तकामुळे माझा कायापालट झाला. आपल्या कॉन्शसनेसमध्ये किंवा स्वजाणिवेत किती प्रचंड ताकद आहे, हे मला समजायला लागले. त्यातूनच एका दीर्घ शोधाला- लांबच्या प्रवासाला सुरुवात झाली, जो अजूनही सुरू आहे. मी कोण आहे, जीवनाचा अर्थ काय, माझ्या आयुष्याचे प्रयोजन काय आहे, याचा तो प्रदीर्घ शोध होता. अंतर्ज्ञान जागृत करून सुप्त गुणांना साकार करण्यासाठी लोकांना मदत करणे, हे माझ्या आयुष्याचे प्रयोजन आहे, असे मला या प्रवासात जाणवले. 'कॉन्शसनेस हील्स' हे पुस्तक म्हणजे त्या दिशेने टाकलेले एक महत्त्वाचे पाऊल आहे.

या पुस्तकाच्या पहिल्या आवृत्तीला मिळालेला प्रतिसाद बघून मी थक्कच झालो. ज्यांनी स्वतः हे पुस्तक वाचले होते, ते लोक परत येऊन कुटुंबीय, मित्रपरिवार व ओळखीच्या लोकांना फायदा व्हावा म्हणून आणखी प्रती विकत घेऊन जायला लागले. पुस्तकातील विचारांचे पडसाद लोकांच्या मनात उठत होतेच, त्याचबरोबर सकारात्मक बदल घडवून आणण्याचा एक महत्त्वाचा मार्ग

म्हणूनही लोकांना ते उपयुक्त वाटत होते, हे पाहून आंतरिक समाधान लाभत होते.

'कॉन्शसनेस हील्स' हे या मालिकेतील पाहिले पुस्तक आहे. मानवाच्या जीवनाचे, या भौतिक जगातील आपल्या अस्तित्वाच्या गुपितांचे, त्यामागील प्रयोजनांचे सर्व धागे उलगडून सांगावेत, हा या पुस्तक मालिकेच्या लिखाणामागचा हेतू आहे. या लिखाणाद्वारा स्वतःच्या आणि स्वजणिवेच्या प्रकटीकरणाच्या मध्ये असलेली सर्व संदिग्धता, संभ्रम आणि गैरसमज दूर करता येतील, अशी मला आशा आहे. जगभरच्या लोकांपर्यंत 'कॉन्शसनेस हील्स'ची दुसरी आवृत्ती पोहोचेल, याची मला आशा आणि खात्रीही आहे.

प्रेममय व प्रकाशयुक्त शुभेच्छा,
डॉ. न्यूटन कोन्दाविती

विषयप्रवेश

आरोग्याचा प्रदीर्घ शोध आणि स्वास्थ्यप्राप्तीची सतत जाणवणारी गरज, ही खरे तर एक चुकीची समजूत आहे. कुठेतरी काहीतरी बिघाड झाला आहे अशा भावनेतून झालेला तो गैरसमज आहे. आपल्या भौतिक शरीरामध्ये, भावनांमध्ये किंवा आपल्या मनात आपल्याला आजार किंवा बिघाड झालेला दिसतो आणि मग आपण तो आजार बरा करण्याचे मार्ग शोधायला लागतो.

स्वतःच्या इतक्या विविध पातळ्यांवर आजार होणे शक्य आहे अशी जोपर्यंत आपली समजूत आहे, तोपर्यंत आपल्याला जीवनात आजारपणाचा अनुभव येतच राहील. त्यामुळे आजार होतो, हा आपला समज अजूनच दृढ होत राहील. कितीही प्रयत्न केले तरी मनुष्यप्राण्याला होणाऱ्या विकारांवर कायमचा इलाज शोधण्यात आपण कमीच पडू. सुदैवाची गोष्ट अशी की, एकानंतर दुसरा आजार होत राहणे किंवा आजाराची स्थिती शाश्वत राहणे, हे काही आपले प्राक्तन नाही. आपल्याला एवढेच करायचे आहे की, आजार आणि आरोग्य याबद्दलच्या आपल्या समजुतीत एक जाणीवपूर्वक बदल घडवून आणायचा आहे.

चराचर सृष्टीच्या आरंभी जाणिवांच्या, चैतन्यांच्या ठिणग्यांनी किंवा आत्म्यांनी मनुष्यावतार घेऊन भौतिक जगात प्रवेश केला. भौतिक शरीरात केंद्रिभूत झालेले हे आत्मे म्हणजेच मनुष्यप्राणी होत. म्हणूनच सगळे मनुष्यप्राणी जाणिवा-मन-शरीर या अखंड साखळीचा अविभाज्य भाग आहेत; हेच मूलभूत सत्य आहे.

भौतिक जगात जन्म घेऊन साहसपूर्ण प्रवासाला सुरुवात करणारे हे सर्व आत्मे मग पृथ्वीतलावर रमले. इथल्या प्रलोभनांमध्ये गुंतले. त्यांचे उगमस्थान कोणते, जीवनाचा हेतू काय, या माहितीला ते दुरावले. त्यांच्या मूळ ओळखीचा त्यांना विसर पडला.

काळाच्या ओघात मनुष्यप्राण्यांचे त्यांच्या मूळ स्थानाशी असलेले सारे दुवे निखळले. त्यांना भरकटल्यासारखे, एकाकी वाटू लागले. त्यांच्या मनात भीतीने

प्रवेश केला. मानवी अनुभवविश्वात नकळत शिरलेल्या सर्व जीवनविरोधी अनुभवांच्या मुळाशी ही भीती आहे.

अशा सर्व गोंधळ आणि निराशेच्या स्थितीतून अडखळत, धडपडत मार्ग काढणारा मानव भीतीच्या दुष्टचक्रात सापडून अजूनच एकाकी पडत गेला. स्वतःच्या मूळ स्वरूपाची जाणीव, भान विसरल्यामुळे तो अज्ञानाच्या खोल गर्तेत सापडला.

सर्वच चुकीचे घडते आहे अशा भावनेतून जन्म घेणारा अनुभव म्हणजे आजारपण. सततच्या वाढणाऱ्या भीतीमुळे, त्यापासून येणाऱ्या अंधत्वामुळे माणसाच्या नजरेत जीवनाचा अर्थच बदलून गेला, विरूप झाला. यामुळे निर्माण झालेल्या परिस्थितीच्या प्रभावाखाली त्याची दिशा हरवली. निराकरण न झालेल्या समस्यांचे ओझे तो पाठीवर वागवू लागला. काळाप्रमाणे या समस्या खोलवर मुरल्या. मन आणि भावना व्यापून त्या शरीराच्या भागांमध्ये घर करू लागल्या. यातूनच माणसाच्या स्वास्थ्याच्या शोधाला सुरुवात झाली. प्राचीन इंग्रजी भाषेत 'हेल्थ'चा अर्थ 'होल' अर्थात संपूर्ण किंवा निरोगा- बरा असा आहे. त्यामुळे बरे होण्याची किंवा स्वास्थ्यप्राप्तीची प्रक्रिया निरोगीपणाकडे परत जाणारी आहे. म्हणजेच जाणिवा-मन-शरीर या साखळीचे भान येण्याची ही प्रक्रिया आहे.

मुळात आजारपण हे आपल्या चुकीच्या भावनेतून निर्माण होत असल्यामुळे संपूर्ण स्वास्थ्याकडे परत जाण्याची क्षमता आपल्यात आहेच; कारण ही क्षमताच आपली खरी ओळख आहे. शरीरातल्या पेशी, पेशीसमूह, अवयव, शरीराचे प्रत्येक अंग या सगळ्यांमध्ये स्वतःला पूर्ण निरोगी करण्याची मूलभूत क्षमता सामावलेली आहे.

विविध जैविक रसायने, संप्रेरके, एन्झाइम, न्युरो-ट्रान्समीटर, इम्युनोग्लोब्युलीन यांसारख्या शरीराला गरज असणाऱ्या सर्व औषधी घटकांची निर्मिती करणारा कारखाना प्रत्येकाच्या शरीरात जन्मतःच असतो.

जेव्हा आपल्या भावनेत, समजुतीत आपण जाणीवपूर्वक बदल करतो, स्वतःकडे बघण्याचा दृष्टिकोन बदलतो, तेव्हा आजारपण म्हणजे काय याचे नीट आकलन होते. संपूर्ण निरोगीपणाची नैसर्गिक स्थिती कशी आणि का असते, हे समजायला लागते. आपल्या आतला डॉक्टर एकदम भानावर येतो आणि निरोगीपणा व स्वास्थ्याची स्थिती लवकरात लवकर यावी, सुसंवाद साधला जावा म्हणून सर्व सुधारणांना शरीर-मनाच्या पातळीवर ताबडतोब सुरुवात होते.

स्वतःमधल्या प्रवासाचा टप्प्या-टप्प्यां अनुभव घेता यावा, व स्वतःच्या मूळ स्वरूपाकडे संपूर्णपणे परतता यावे, हे 'कॉन्शसनेस हील्स' या पुस्तकामागचे प्रामाणिक प्रयोजन आहे.

प्रवासासाठी शुभेच्छा!
डॉ. न्यूटन कोन्दाविती, एम.डी.

दहा

अनुक्रमणिका

प्रास्ताविक

या पुस्तकामागचा हेतू साध्य होण्यासाठी आरोग्य आणि आजारपण याविषयी माझे विचार ज्या मूलभूत कल्पनांवर आधारलेले आहेत, त्या कल्पना सुरुवातीलाच विस्ताराने स्पष्ट करणे आवश्यक आहे. ते सांगण्यासाठी या मनोवेधक गोष्टीच्या आरंभासारखी दुसरी उत्तम जागा नाही.

आज आपण बघतो ते निर्मित जग अस्तित्वात येण्याआधी चराचर सृष्टीच्या अगदी सुरुवातीला फक्त एक प्रचंड, अमर्याद असा दैवी चेतनेचा, जाणिवांचा महासागर अस्तित्वात होता. आनंद, सर्जनशीलता आणि बिनशर्त प्रेमाने ओतप्रोत भरलेल्या या महासागराची क्षमता अफाट होती. अशा दैवी स्रोतापासून जाणिवांचे छोटे पुंजके व्यक्तिगत आत्मे म्हणून वेगळे झाले व त्यांना वेगवेगळे गुण बहाल केले गेले. नवे जग, क्षेत्र व परिमाणे शोधण्यासाठी आणि निर्माण करण्यासाठी ते सगळे आपापल्या मार्गाने निघाले.

आपापल्या आवडी-निवडीप्रमाणे आत्म्यांचे वेगवेगळे गट बनले. विविध गटांनी विविध अनुभवांप्रमाणे, निर्मितीच्या उत्कट इच्छेनुसार आपले अंश नवनवीन जग निर्माण करायला, त्यात वस्ती करायला पाठवले. अस्तित्वात आलेल्या प्रत्येक पैलूने आपापली काम करण्याची अद्वितीय पद्धत ठरवली. एकमेकांसमवेत काही नवीन शिकणे, प्रत्येक मांडणीतील परिस्थिती उपभोगणे, अनुभव गोळा करणे आणि शेवटी त्या पैलूमध्ये नैपुण्य मिळवणे, हाच या सर्वांमागचा अंतिम उद्देश होता आणि अजूनही आहे.

आपण जिला आपले घर समजतो ती पृथ्वी हा असाच एक धाडसी पैलू आहे. विविध अनुभवांमधून शिकणे, आनंद मिळवणे आणि शेवटी त्यात प्राविण्य प्राप्त करणे या एकमेव उद्देशाने, एकाच उगमस्थानामधून

आपली व सभोवतालच्या परिस्थितीची निर्मिती झाली आहे. प्रत्येक क्षेत्राप्रमाणे इथे सहभागी होणाऱ्या आत्म्यांनी कशा प्रकारे राहावे, वागावे, काम करावे यासाठी ठरवून दिलेले नियम आणि कार्यपद्धती आहे. ती पूर्वीही होती. भौतिक शरीरात राहत असताना आपल्या मूळ दैवी गुणधर्मांशी पुनश्च दुवा साधता आला तर या पैलूत नैपुण्य मिळेल. हा आणि असाच प्रत्येक व्यक्तीचा आरंभ आणि इतिहास आहे. हा आरंभ आणि इतिहास आहे तुमचा... आणि माझाही!

या ग्रहावरच्या उत्क्रांतीच्या लांबलचक प्रक्रियेला मग गती आली. काही तपशील गाळून आपण थेट मानवी वंशाची उत्क्रांती कशी झाली ते पाहू. स्वयं निर्माता असल्याचे स्मरणात न राहिल्यामुळे पृथ्वीवरच्या वातावरणाशी जुळवून घेणे हे साहजिकच मोठे आव्हान होते आणि आहेही. आपल्या आध्यात्मिक क्षेत्रातल्या घरातून निघून इथल्या खेळघरात काढलेल्या अनेक सहलींमधून आपण कधी शिकत गेलो तर कधी नुसते खेळलो-बागडलो. कधी अपयशाचे धनी झालो तर कधी प्रगतिपथावर वाटचाल करत राहिलो. असा प्रवास करत करत आज आपण आहोत त्या विशिष्ट मुक्कामी टप्प्याटप्प्याने येऊन पोहोचलो आहोत.

या गोष्टीचा महत्त्वाचा भाग असा की, मला तुमच्या मूळ ओळखीकडे, परिपूर्णतेकडे तुमचे लक्ष वेधायचे आहे. आपण सर्व व्यक्ती मूलतः एक आध्यात्मिक अंश आहोत आणि मनुष्यजन्म घेऊन या दैवी, साहसी उपक्रमामध्ये आपापली भूमिका निभावतो आहोत. मनुष्यप्राणी म्हणजे आत्म्याच्या अंशाचे भौतिक देहात झालेले संक्षिप्तीकरण आहे. या प्रक्रियेतून शरीर-मन-चैतन्य अशी अद्वितीय त्रिमूर्ती निर्माण झाली. आत्म्याच्या ज्या विशिष्ट अंशाने मानवी रूप धारण केले, तो अंश म्हणजे चैतन्य आणि शरीर-चैतन्यातील मध्यस्थ म्हणजे मन होय. ही आपली खरी ओळख आहे.

आपल्या खऱ्या ओळखीशी ज्याची सरळ जुळणी झाली आहे, ती खरी निरोगी, स्वास्थ्यपूर्ण व्यक्ती होय.

स्वतःच्या खऱ्या ओळखीची सातत्याने, जागरूकपणे जाणीव ठेवण्याची प्रक्रिया म्हणजे हीलिंग किंवा स्वास्थ्यप्राप्ती!

उगमस्थान
जाणिवांचे, चेतनांचे अंश
भौतिक प्रकटीकरण

सारांश :

- निर्मित जग अस्तित्वात येण्याआधी, चराचर सृष्टीच्या अगदी सुरुवातीला फक्त एक प्रचंड, अमर्याद असा दैवी चेतनेचा, जाणिवांचा महासागर अस्तित्वात होता.

- दैवी स्रोतापासून जाणिवांचे छोटे पुंजके व्यक्तिगत आत्मे म्हणून वेगळे झाले व त्यांना वेगवेगळे गुण बहाल केले गेले. नवे जग, क्षेत्र व पैलू शोधण्यासाठी आणि निर्माण करण्यासाठी ते सगळे आपापल्या मार्गाने निघाले.

- अस्तित्वात आलेल्या प्रत्येक पैलूने आपापली काम करण्याची अद्वितीय पद्धत ठरवली.

- आपण आपले घर समजतो ती पृथ्वी हा असाच एक धाडसी पैलू आहे.

विभाग एक
आपले शरीर

शरीर कधी खोटं बोलत नाही

लहानपणी वाचलेली एक परीकथा मला आठवते आहे. राजकन्या आणि वाटाण्याचा दाणा. संपूर्ण राज्यातील सर्वांत आरामदायी मंचकावर झोपूनही पूर्ण रात्र तळमळत काढणाऱ्या राजकुमारीची कहाणी.

रात्रभर काहीतरी खुपत राहणाऱ्या पलंगामुळे राजकन्येच्या डोळ्याला डोळा लागत नसे. मग राजा आणि राणीने अजून एक गादी आणण्याचे फर्मान सोडले; पण तरी राजकन्येला पलंग खुपतच राहिला. दुसऱ्या दिवशी अजून एका गादीची भर पडली. पण कसचे काय; काहीच फरक पडला नाही! रोज सकाळी राजकन्या उठायची ती अजिबात झोप न लागण्याची तक्रार करतच. मग काय रोज गुबगुबीत, मऊशार गाद्यांची भर पडत राहिली. पलंग सुखदायक करत राहिली. पण राजकन्येची खुपण्याची तक्रार कायमच. शेवटी गाद्यांचा इतका मोठा ढीग झाला की राजकन्येला शिडी घेऊनच वर चढावे लागायचे.

आता मात्र राजा-राणी चिंताक्रांत झाले. त्यांनी या गोष्टीच्या मुळाशी जायचे ठरवले. सगळ्या गाद्या एक एक करून नीट तपासण्यात आल्या आणि काय आश्चर्य! सगळ्यांच्या तळाशी सापडला एक छोटा वाटाण्याचा दाणा. गाद्यांच्या राशीच्या खाली गेल्यामुळे आत्तापर्यंत न सापडलेला दाणा. एकदा तो काढून टाकल्यावर गाद्यांच्या राशीची

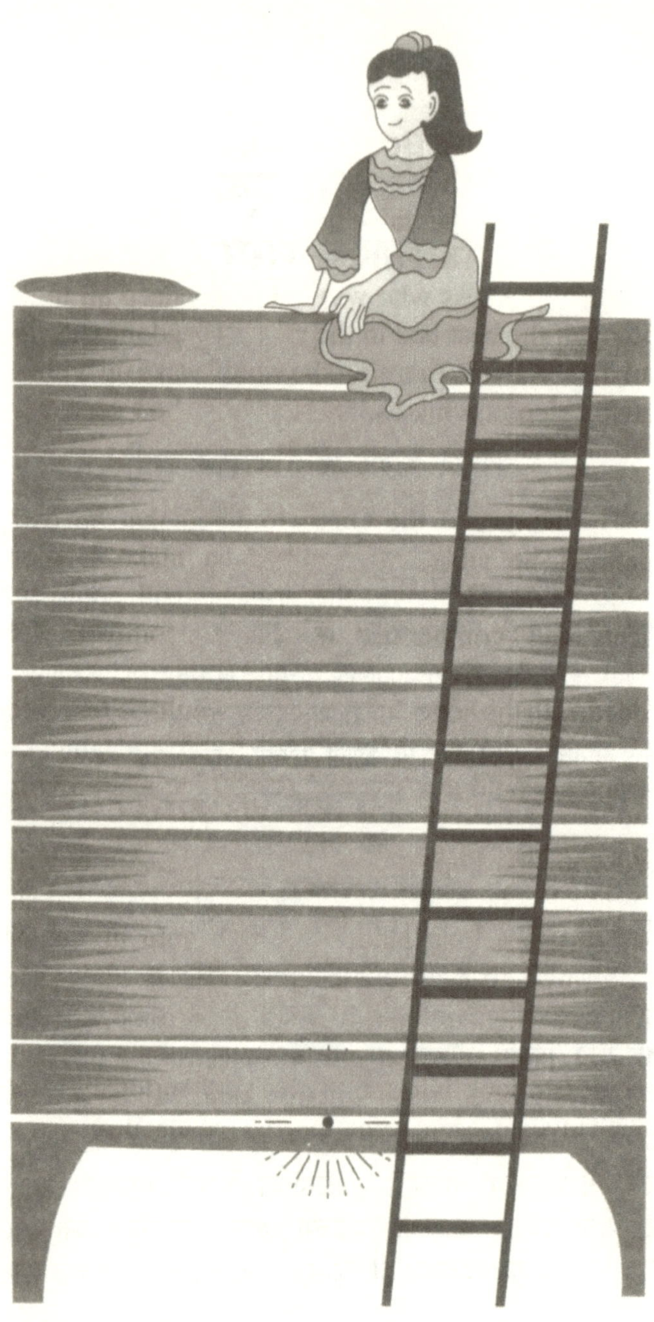

गरजच उरली नाही आणि एकाच गादीवर आपली सुंदर राजकन्या शांतपणे व सुखात झोपू लागली.

ही गोष्ट वाचली तेव्हाचे तात्पर्य- आज आठवत नाही.

आज ही गोष्ट आठवताना तिचं तात्पर्य म्हणजे- शरीर कधी खोटं बोलत नाही.

आपल्या त्रिमितीयुक्त जगामधले हे एक महान सत्य आहे, असे म्हणता येईल. अशा जगातील प्रत्येक गोष्ट ही जाणीव-नेणिवेच्या अनंत अवकाशातील एक भौतिक प्रकटीकरण आहे. आपले शरीर हे असेच आत्म्याचे प्रकटीकरण आहे. आपला प्रत्येक विचार व भावभावना याच माध्यमातून स्थूल स्वरूप घेतात.

समजा, एक सर्जनशील व्यक्ती म्हणून तुम्हाला लेखक, चित्रकार किंवा संगीतकार यांपैकी एका पेशाची निवड करायची असेल, तर तुम्ही अभिव्यक्तीचे कोणतेही एक माध्यम निवडाल. मग तुम्हाला मनातील जे विचार व्यक्त करायचे असतील ते या माध्यमातून तुमच्या प्रत्येक निर्मितीवर उमटतील. जे उमटतील ते फक्त तुमचे विचार, केवळ तुमच्या संवेदना असतील; इतर कुणाच्या नाहीत.

जर तुम्ही चित्रकला निवडलीत तर प्रत्येक चित्राच्या विषयात, रंगांच्या निवडीत आणि कुंचल्याच्या प्रत्येक फटकाऱ्यात तुम्हाला अपेक्षित असलेलाच अर्थ उतरेल. प्रत्येक कलाकृतीच्या प्रयोजनात व शैलीत तुमच्या भावनांचे व विचारांचे प्रतिबिंब उमटेल. एका ठरावीक विषयावर जर दहा वेगवेगळे कलाकार काम करत असतील, तर दहा वेगळ्या व प्रातिनिधिक कलाकृतींची निर्मिती होईल; नाही का? प्रत्येक कलाकाराचे स्वतंत्र व्यक्तिमत्त्व कलाकृतीत प्रकटेल.

याचप्रमाणे आपले शरीर हे आपल्या आत्म्याच्या जाणिवांचे भौतिक रूपातले सुस्पष्ट असे प्रतिबिंब आहे. जगात जितक्या व्यक्ती आहेत तितक्याच प्रकारची मानवी रूपे आहेत, जाणिवा आहेत. त्वचेच्या रंगरूपापासून देहबोलीपर्यंत शरीराचे प्रत्येक अंग जाणीव-नेणिवेचे दृश्य स्वरूप आहे. म्हणूनच जाणिवांपर्यंत पोचायचा शरीर हा थेट मार्ग आहे. 'मी कोण?' (कोऽहं) या प्रश्नाचे उत्तर आपल्या या देहामध्येच साठलेले आहे.

जेव्हा आपण एखाद्या मॉड्युलर फर्निचरच्या दुकानात जातो, तेव्हा

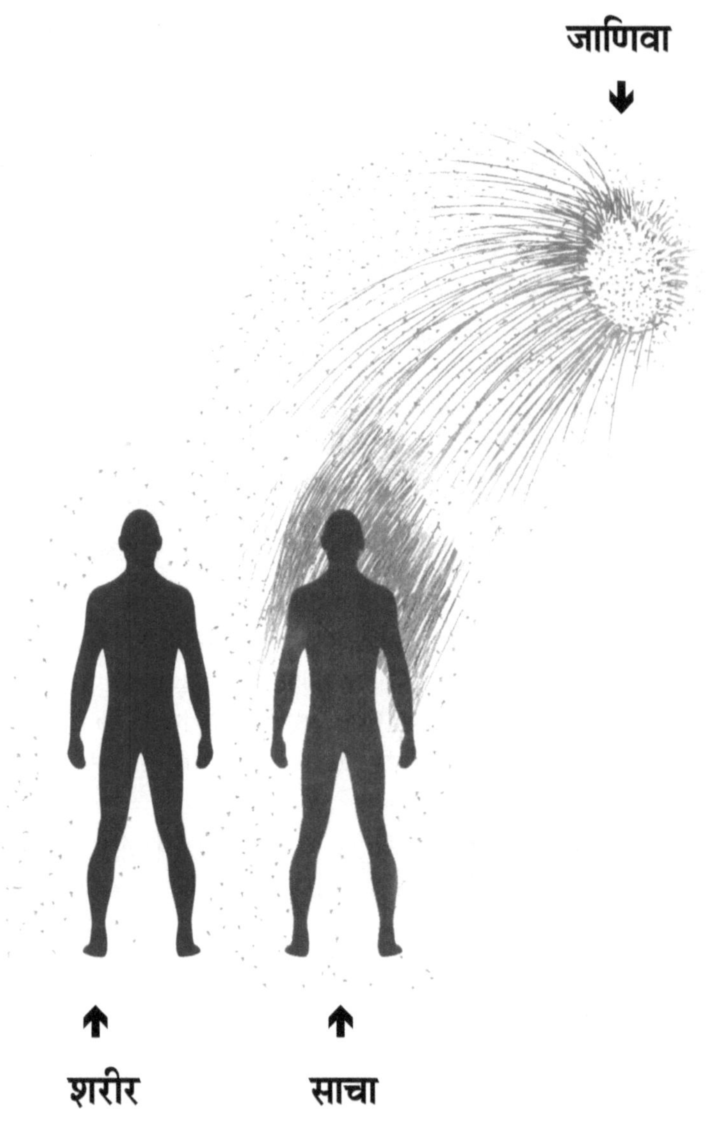

आपल्याला एका प्रकारचे हवे तेवढे सामान खरेदी करता येते. अशी दुकाने गठ्ठ्यांनी ऑर्डर्स घेतात आणि एकाच रंगाच्या, आकाराच्या व घाटाच्या एक हजार एकसारख्या खुर्च्याही एकाच वेळेस हव्या तर देऊ शकतात. एकदा डिझाइनचे सर्व तपशील दिले की साचा बनतो आणि

मग एकसारख्या हव्या तितक्या वस्तू बनवता येतात. अशा प्रत्येक वस्तूचा कानाकोपरा, रेषा न् रेषा एकसारखी असते आणि यात नवल काहीच नाही. त्याचे कारण आहे 'साचा'.

आपले शरीरही अशाच साध्या सरळ प्रकाराने बनते. आपल्या समजुती, विचार, भावना यांच्या तपशिलामधून जो साचा किंवा मूस बनते, त्या मुशीत आपल्या जाणिवा-नेणिवा ओतल्या जाऊन शरीर बनते. म्हणूनच आपल्या स्वतःच्या जागृत व सुप्त अंगाशी त्याचे साधर्म्य असते.

आपले शरीर म्हणजे आपला जिवलग मित्रच म्हणा ना. म्हणूनच आपले स्वतःच्या शरीराबरोबरचे नाते प्रत्येक पातळीवर फार महत्त्वाचे असते. प्रत्येक व्यक्ती विविध भौगोलिक, सांस्कृतिक किंवा धार्मिक वातावरणामध्ये राहत असते. या सर्व घटकांचा पगडा मनावर होत असल्यामुळे प्रत्येक जण एका विशिष्ट प्रकारानेच विचार करत असतो; परंतु शरीर मात्र कधीही खोटे बोलत नाही.

आपण गोष्टीत वाचले की गाद्यांच्या ढिगावर चढण्यासाठी राजकन्येला शिडीचा वापर करावा लागला. एवढ्या मऊसूत गाद्यांच्या गठ्ठ्यावर तिला झोप लागायला खरेतर काहीच हरकत नव्हती. पण शरीरासाठी मात्र तिथे एक खुपणारा वाटाणा होता. कितीही गाद्यांवर गाद्या घातल्या तरी त्याची बोच लपत नव्हती. स्वतःचे शरीर राजकन्येला सतत सांगत होते की तो खुपणारा वाटाणा शोधून दूर केला तरच तिची शय्या आरामदायी होईल.

शारीरिक, मानसिक किंवा भावनिक पातळीवर स्वास्थ्य मिळवण्यासाठी एकमेव महत्त्वाचा नियम आहे आणि तो म्हणजे 'शरीरावर विश्वास ठेवा, शरीराचे ऐका.'

सारांश :

- आपला प्रत्येक विचार व भावभावना भौतिक माध्यमातून स्थूल स्वरूप घेतात.
- आपले शरीर हे आपल्या आत्म्याच्या जाणिवांचे भौतिक रूपातले सुस्पष्ट असे प्रतिबिंब आहे.
- म्हणूनच जाणिवांपर्यंत पोचायचा शरीर हा थेट मार्ग आहे.

- 'मी कोण?' या प्रश्नाचे उत्तर या देहामध्ये साठलेले आहे.
- आपल्या समजुती, विचार व भावना यांच्या तपशिलामधून बनणाऱ्या मुशीत आपली जाणीव-नेणीव ओतली जाऊन आपले शरीर बनते.
- आपले शरीर म्हणजे आपला जिवलग मित्र आहे.
- शारीरिक, मानसिक किंवा भावनिक पातळीवर स्वास्थ्य मिळवण्यासाठी एकमेव महत्त्वाचा नियम आहे आणि तो म्हणजे 'शरीराचे ऐका.'

देहबोली

शरीर खोटे बोलत नाही याचाच अर्थ होतो- शरीर बोलते!

आपण सिनेमात पाहतो की, एखाद्या हिरोची टीम खोल समुद्रातल्या महत्त्वाच्या कामगिरीसाठी निघते. समुद्राच्या मध्यावर जहाज येताच हिरो खोल पाण्यात उडी घेतो. जहाजावरच्या खलाशाशी संवाद साधण्याचा एकच मार्ग आता हिरोकडे असतो, तो म्हणजे हिरोच्या कमरेचा दोर. दोराची सांकेतिक भाषा आधीच ठरलेली असते व त्याद्वारा बिनबोभाट निरोप दिले जातात. दोराचा एक हिसका म्हणजे अमुक किंवा दोन हिसक्यांचा तमुक अर्थ, असे संदेश पोचत राहतात. दोराची सांकेतिक भाषा जर पक्की, तर कामगिरी फत्ते होणे अगदी निश्चित!

समुद्राच्या पृष्ठभागावरच्या घडामोडी समजणे खोल पाण्यातल्या पाणबुड्याला जसे अशक्य असते, तशीच अवस्था पृथ्वीतलावर जन्म घेतलेल्या व्यक्तीची असते. आपण कोण आहोत, इथे का आलो आहोत, आपल्या जगण्याचे उद्दिष्ट काय आहे, याचे आपल्याला स्मरण उरत नाही. आपल्या उगमस्थानाशी संवाद साधण्याचा एकच मार्ग खुला राहतो तो म्हणजे आपले शरीर. दोराच्या सांकेतिक भाषेतून पाणबुड्याला 'वरचे' निरोप मिळत राहतात, तसेच आपल्या शरीराच्या माध्यमातून आपल्याला उगमस्थानाचे निरोप पोचतात.

आपले शरीर संवेदनांची भाषा बोलते. डोकेदुखीपासून कॅन्सरपर्यंत, सर्वांगातल्या शिरशिरीपासून ते हसता हसता गालावरून ओघळणाऱ्या अश्रूंपर्यंत शरीरावर उमटणाऱ्या प्रत्येक संवेदनेतून शरीर आपल्याशी संवाद साधत असते. जीवनाच्या खोल समुद्रातली कामगिरी फत्ते करण्याचा सोपा व जवळचा मार्ग म्हणजे ही देहबोली किंवा शरीर-भाषा शिकून घेणे.

आमची मैत्रीण माया ही दहा वर्षांपासून अर्धशिशीच्या (मायग्रेन) विकाराने त्रस्त होती. सर्व प्रकारचे डॉक्टर व उपचार करून झाले. या त्रासदायक आजारातून सुटका होण्यासाठी तिने शेकडो पुस्तके पालथी घातली. मिळतील न मिळतील ते उपाय केले. आजोबांकडून येणाऱ्या अनुवांशिकतेपासून ते हवामान किंवा मांजरीच्या गळणाऱ्या केसांपर्यंत

सर्व गोष्टींना जबाबदार ठरवून झाले!

आणि एका संध्याकाळी नवल घडले. आपल्या सासूबाईंजवळ बसून ती मनमोकळेपणाने बोलली. सासूबाईंनी चांगल्या हेतूने दिलेल्या पण सततच्या सूचना, प्रत्येक कामातली त्यांची ढवळाढवळ, घरातल्या सगळ्यांवर त्यांचे असणारे बारीक लक्ष तिला खूप त्रासदायक वाटत होते. अतिशय कार्यक्षमतेने कामाचा मोठा भार सांभाळणाऱ्या उच्चपदस्थ मायाला तिच्या घरी राहायला आलेल्या सासूबाईंची देखरेख जाचत होती. परंतु हे करण्यामागची सासूबाईंची भूमिका चांगली व मदत करण्याची आहे, अशी स्वतःची समजूत घालत ती कायमच गप्प बसत होती.

त्या संध्याकाळी सासूबाईंजवळ बसून तिने स्वतःला काय वाटते ते मोकळेपणे सांगितले. सासूबाईंनी तिचे म्हणणे मनापासून मान्य केल्यामुळे तिच्या मनावरचा ताण एकदम उतरला, डोक्यावरचा बोजा गेला आणि काय आश्चर्य! सकाळपासून येऊ घातलेली अर्धशिशीची धमकावणी कुठल्या कुठे नाहीशी झाली.

त्या दिवशी सासूबाईंबरोबरच्या मनमोकळ्या संवादानंतर अर्धशिशीचा त्रास खूपच कमी झाला, असे साधारण १५ दिवसांनी मायाच्या लक्षात आले. अर्धशिशीच्या 'खऱ्या' कारणाचा माया विचार करू लागली. सततच्या सूचना व ढवळाढवळीमुळे येणारी चीड हे त्याच्यामागचे कारण तिच्या ध्यानात आले. हा धागा एकदा समजल्यावर तिने शरीराच्या इतर अवयवांकडे काळजीपूर्वक लक्ष द्यायला सुरुवात केली आणि थोड्याच दिवसांत 'आपुला संवाद स्वशरीराशी' अशी तिची स्थिती झाली. अंगांगामधील संदेशांची भाषा उमजू लागली.

मायाचे डोके तब्बल दहा वर्षांपासून तिला संदेश देण्याचा प्रयत्न करत होते. काही मनात न ठेवता मोकळेपणाने स्वतःला व्यक्त कर. आपण अनेक निर्बंध घालून मनाला उत्स्फूर्तपणे व्यक्त होण्यापासून वंचित करतो आणि आत्म्याच्या स्वाभाविक स्थितीपासून विचलित होतो. आत्म्याचे भौतिक प्रतिनिधित्व करणारे शरीर आपणास सिग्नल किंवा संदेश देऊ लागते.

यावरून आपल्याला असे लक्षात येते की, शरीरात काही लक्षण दिसते किंवा त्रास सुरू होतो तेव्हा औषधोपचार करून तो भाग काढून

किंवा बदलून प्रश्न सुटत नाही. असणारा त्रास शरीराच्या दुसऱ्या भागात उद्भवतो, इतकेच. आपल्या शरीराशी संवाद साधणे हा स्वास्थ्याकडे नेणारा थेट व जवळचा मार्ग आहे.

संपूर्ण स्वास्थ्य ही आपल्या शरीराची नैसर्गिक स्थिती आहे. तसेच या स्थितीमध्ये लवकरात लवकर पोचण्याची अंतर्गत व्यवस्थाही निसर्गाने केलेली आहे. फक्त आपल्या जिवलग मित्र-मैत्रिणीसारखेच आपल्या शरीराच्या प्रत्येक भागाशी संबंध मात्र प्रस्थापित करायला हवेत. जेव्हा काही तरी सांगायचे असते तेव्हाच शरीर आपले लक्ष वेधून घेते. मनातला निरोप खोलीत समोर बसलेल्या खास मित्राला सांगण्यासाठी एक कटाक्ष किंवा पुसटसे हास्यही पुरेसे असते, नाही का? एखाद्या विशिष्ट प्रकारे टाकलेला कटाक्ष किंवा सहेतुक हास्य एक विशिष्ट संदेश देते. इतर वेळी मात्र मी व मित्र आपापले काम करण्यात गर्क असतो.

मग आपले स्वतःचे शरीर हा आपला अगदी जिवाभावाचा मित्रच नव्हे का? त्याच्या बाबतीत वेगळे कसे घडेल? अशा खास मित्राचे खास संदेश आपल्याला समजायला काहीच सायास पडायला नकोत. खरे ना?

आपले शरीर म्हणजेच आत्म्याचे भौतिक रूप, हे जेव्हा नैसर्गिक स्थितीत असते तेव्हा सर्वांत आनंदात, सुखात असते. विपुलता व उत्स्फूर्तपणाने परिपूर्ण अशा या आनंदमयी अवस्थेमध्ये शरीराच्या माध्यमामधून एक अभिव्यक्तीचा मुक्त प्रवाह वाहत असतो. अशा वेळी शरीराबरोबरच आत्माही स्वास्थ्यपूर्ण अवस्थेमध्ये विविध अनुभवांची पडताळणी करत जीवनाचा प्रवास करत असतो.

एखादा निरोप देण्यासाठी ज्याप्रमाणे पाणबुड्याच्या कमरेच्या दोराला हिसका दिला जातो, त्याचप्रमाणे काही संदेश देण्यासाठी शरीर आपले लक्ष वेधून घेते. सुखद संवेदना जशा सकारात्मक संदेश देतात, तशाच दुःखद संवेदना आपण नैसर्गिक स्थितीपासून ढळत असल्याचा धोक्याचा इशारा देतात. थोडक्यात काय, कान देऊन ऐकायची तयारी असेल तर आपले शरीर आपल्याशी निश्चित व सुस्पष्ट संवाद साधत असते.

सारांश :

- शरीर खोटे बोलत नाही. अर्थात याचा अर्थ होतो- शरीर बोलते!

- 'आपण कोण आहोत? इथे का आलो आहोत? आपल्या जगण्याचे उद्दिष्ट काय' याचे आपल्याला स्मरण उरत नाही.

- आपल्या उगमस्थानाशी संवाद साधण्याचा एकच मार्ग खुला राहतो, तो म्हणजे आपले शरीर. आपले शरीर संवेदनांची भाषा बोलते.

- शरीरावर उठणाऱ्या प्रत्येक संवेदनेतून शरीर आपल्याशी संवाद साधते.

- जीवनाच्या खोल समुद्रातली कामगिरी फत्ते करण्याचा सोपा व जवळचा मार्ग म्हणजे ही देहबोली शिकून घेणे.

- शरीराशी संवाद साधणे, हा स्वास्थ्याकडे नेणारा थेट व जवळचा मार्ग आहे.

- संपूर्ण स्वास्थ्य ही आपल्या शरीराची नैसर्गिक स्थिती आहे.

- या स्थितीत लवकरात लवकर पोचण्याची अंतर्गत व्यवस्थाही निसर्गाने केलेली आहे.

- जेव्हा काहीतरी सांगायचे असते तेव्हाच शरीर आपले लक्ष वेधून घेते.

- कान देऊन ऐकायची तयारी असेल तर आपले शरीर आपल्याशी निश्चित व सुस्पष्ट संवाद साधत असते.

शरीर– एक होलोग्राम

जगभरातल्या प्रख्यात भौतिकशास्त्रज्ञांनी, वैद्यकीय संशोधकांनी व आध्यात्मिक तत्त्ववेत्त्यांनी एकमताने मान्य केले आहे की, संपूर्ण विश्व होलोग्रामच्या तालावर चालत असते. त्यामुळे शरीर म्हणजे निरनिराळ्या अवयवांनी बनलेले एक जीवशास्त्रीय यंत्र आहे, ही जुनी समजूत हळूहळू कालबाह्य होऊ लागली आहे.

स्वतंत्रपणे कार्य करणाऱ्या; पण एका विशिष्ट हेतूने एकत्र येणाऱ्या आकाशस्थ ताऱ्यांमुळे 'विश्व' बनते, असा एक ग्रह होता. तसेच शरीरही बनते असे मानले जाई. विशिष्ट प्रकारे काम करणारे वेगवेगळे अवयव एकत्र येऊन शरीर कार्यान्वित होते असे समजले जाई. म्हणूनच आजार झाल्यास तो अवयव नीट तपासून सुधारणा करण्यात येई किंवा अवयव बदलून अथवा काढून टाकून उपाययोजना होई. होलोग्रामच्या संकल्पनेमुळे ही समजूत पूर्णपणे बदलली आहे.

लेझर किरणांच्या साहाय्याने तयार झालेल्या प्रतिमांचा अभ्यास म्हणजे होलोग्राफी. तयार होणारी त्रिपरिमाणात्मक किंवा त्रिमिती प्रतिमा म्हणजे होलोग्राम. एक लेझर किरण प्रथम दोन किरणांमध्ये विभागला जातो. प्रत्येक किरण मग डिफ्युझिंग लेन्समधून पाठवला जातो. पहिला किरण आरशांच्या साहाय्याने होलोग्राफिक फिल्मवर परावर्तित केला जातो, तर दुसरा किरण फोटो काढायच्या वस्तूवरून परावर्तित होऊन त्याच फिल्मवर पडतो. दोन किरण एकत्र होऊन फिल्मवर एक विशिष्ट आकृतिबंध निर्माण होतो. या आकृतिबंधावर जेव्हा एक तिसरा किरण टाकला जातो, तेव्हा त्या वस्तूची त्रिमितीय प्रतिमा निर्माण होते.

विज्ञान जगतात होलोग्रामचा शोध लागला तेव्हा जीवनाबद्दलची अनेक कोडी सुटली. अनेक सिद्धान्तांच्या विवरणांमध्ये आमूलाग्र बदल केले गेले.

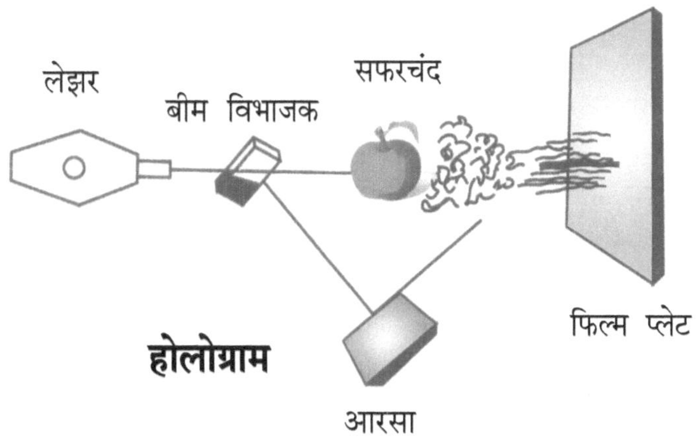

होलोग्राममध्ये बरेच चित्तवेधक गुणधर्म दिसून येतात.

◆ होलोग्राम ही त्रिमितीमधील प्रतिमा असून, मानवी डोळे सोडून तिचे अस्तित्व कशालाही जाणवत नाही. तुम्ही या प्रतिमेला प्रदक्षिणा घालत एखाद्या घन वस्तूप्रमाणे तिचे निरीक्षण करू शकता; पण तिला स्पर्श केल्यास काहीही जाणवत नाही. कोणत्याही यंत्राद्वारा तिचे अस्तित्व जाणवत नाही. तसेच तिच्या जागी ऊर्जा क्षेत्रात कोणतेही बदल दिसून येत नाहीत.

◆ होलोग्राफिक फिल्मचे तुकडे केल्यास प्रत्येक तुकड्यामध्ये त्या वस्तूचे संपूर्ण चित्र दिसते. प्रत्येक छोट्या तुकड्यात संपूर्ण मोठ्या वस्तूची प्रतिमा मिळते.

◆ एका होलोग्राफिक फिल्मचा तुकडा पुन्हा पुन्हा वापरता येऊ शकतो. केवळ प्रतिमा घेण्याचा कोन बदलला की एकाच फिल्ममध्ये पुनःपुन्हा हजारो प्रतिमा सामावल्या जाऊ शकतात.

होलोग्रामबद्दलचे अद्भुत सत्य व आपल्या शरीराबरोबरचे त्याचे साम्य यांची उकल संशोधनातून करण्यात आली. मानवी डोळे व मेंदू तंतोतंत होलोग्रामच्या तत्त्वावर काम करतात, असे प्रयोगाअंती सिद्ध झाले. याचा अर्थ असा की, त्रिमित जग म्हणजे प्रकाशलहरींची

विलक्षण मिसळण आहे. या लहरींचा अडथळ्यांमुळे निर्माण होणारा वैशिष्ट्यपूर्ण आकृतिबंध होलोग्राफिक फिल्मप्रमाणे आपल्या डोळ्यात तयार होतो. त्याला मेंदूची साथ मिळून त्याचे वस्तूंमध्ये रूपांतर होते. म्हणजेच मानसिक व भौतिक जगात काही भिन्नता नाही. आपले डोळे जी गोष्ट भौतिक वस्तू म्हणून पाहतात, तीच आपला मेंदू मनाच्या उपजत शक्तीने ठरवतो. आपल्या आजूबाजूचे भौतिक विश्व म्हणजे केवळ भास किंवा जादुई आहे, असा याचा अर्थ मुळीच नाही. खरे तर विश्व एखाद्या घन दिसणाऱ्या, निश्चित आकार व सीमा असणाऱ्या ढगासारखे आहे. बाहेरून संपूर्णपणे घन असणाऱ्या ढगातून विमान किती विनासायास जाऊ शकते, नाही का? ढग अस्तित्वातच नसल्यासारखे. जवळून पाहताना ढग व आकाश अगदी एकरूप झालेले वाटतात.

या सर्व माहितीमधून दोन महत्त्वाचे निष्कर्ष काढता येतात. एक म्हणजे संपूर्ण जाणिवांच्या आविष्करणाची एक मायक्रोचीप किंवा होलोग्राफिक फिल्म प्रत्येकाच्या मेंदूत निश्चित बसवली गेली असणार. म्हणूनच आपल्या विचारलहरी व बघण्याचा दृष्टिकोनातून वास्तवाचे दृष्यरूप ठरत असते, आकारत असते.

याच्या आधाराने असेही म्हणता येईल की, मेंदूप्रमाणेच आपल्या शरीराच्या प्रत्येक पेशीतही अशी मायक्रोचिप बसवलेली असते. त्या दैवी जाणिवांचे, त्यांच्या विभिन्न रूपांचे तंतोतंत ब्ल्यू प्रिंट आपल्या शरीराच्या पेशीपेशींमध्ये उमटते. त्यामुळे प्रत्येक पेशीला येणारा अनुभव आपल्या दृष्टिकोनावरून ठरतो. जर स्वास्थ्य व आरोग्याशी संलग्न असा आपला दृष्टिकोन नसेल, तर पेशी आपल्या जीवनानुभवामध्ये तो परावर्तित करतील. पण एक निरोगी व स्वच्छ दृष्टिकोनही त्यासमवेत सतत असेलच.

या निष्कर्षाला पाठिंबा देणारे बरेच संदर्भ हजारो वर्षे जुन्या प्राचीन धर्मग्रंथांमध्ये व आध्यात्मिक लिखाणामध्ये सापडतात. जरी ऊर्जा क्षेत्र किंवा होलोग्रामची भाषा तिथे वापरली गेली नसेल, तरी माणसातील दैवी अंश व त्याचे विश्वातील स्थान यांचे सखोल चिंतन करणाऱ्या अनेक थोर व्यक्तींना हे मूलतत्त्व जाणवले आहे. आपल्या जीवनावर स्वामित्व गाजवणाऱ्या अनेक तत्त्वांची उकल करण्यासाठी, त्यांचे संदर्भ जाणून घेण्यासाठी होलोग्राफीच्या तत्त्वांचे ज्ञान खूप उपयोगात येते.

जसे आपण बाह्यजगातील नियम समजून घेतो, त्यांचा अभ्यास

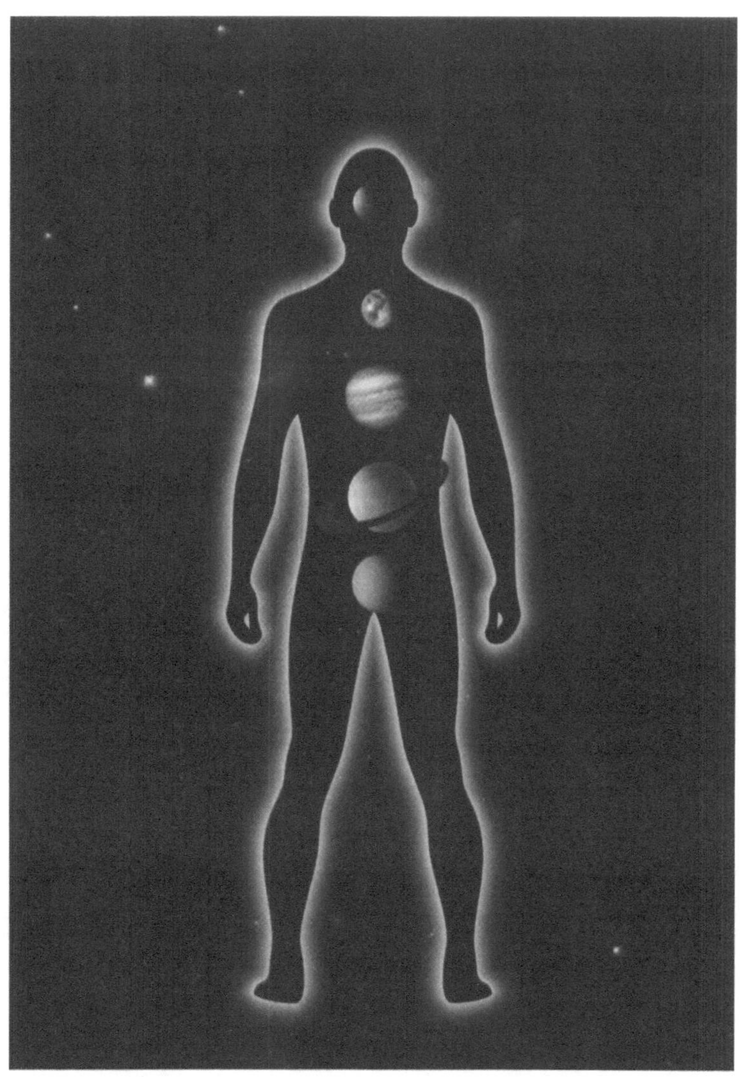

प्रत्येक छोट्या तुकड्यात संपूर्ण प्रतिबिंब

करतो, आकाशस्थ ग्रहताऱ्यांच्या ऊर्जा क्षेत्रांमधील अंतर्गत हालचाली, त्यातील सूक्ष्म समतोल व सुसंवाद जाणून घेतो, तसे काही नियम आपल्या स्वतःच्या बाबतीतही लागू होतात. प्रत्येक व्यक्तीमध्ये एक संपूर्ण विश्व सामावलेले असते. प्रत्येक व्यक्ती या विराट विश्वाचा एक मौल्यवान व एकमेव भाग आहे. आपल्या शरीराचा कण न् कण उरलेल्या सर्व शरीराबरोबर संतुलन व सुसंवाद साधत असतो.

आपले शरीर एक सतत बदलणारा गतिशील होलोग्राम आहे व शरीरातील एक एक सुटा भाग या बदलामध्ये सहभागी होत असतो. शरीरातील प्रत्येक पेशी आपल्या 'निवडस्वातंत्र्याचा हक्क' बजावत या गतिशील होलोग्राममध्ये सहभागी होत असते व शरीरातील होलोग्रामच्या इतर भागांवर आपला अचूक प्रभाव पाडत असते.

सारांश :

▸ शरीर म्हणजे एक जीवशास्त्रीय यंत्र आहे ही जुनी समजूत हळूहळू कालबाह्य होऊ लागली आहे.

▸ मानवी डोळे व मेंदू तंतोतंत होलोग्रामच्या तत्त्वावर काम करतात.

▸ मानसिक व भौतिक जगात काहीच भिन्नता नाही.

▸ संपूर्ण जाणिवांच्या आविष्करणाची एक मायक्रोचीप किंवा होलोग्राफिक फिल्म प्रत्येकाच्या मेंदूत बसवली गेली आहे.

▸ प्रत्येक पेशीला येणारा अनुभव आपल्या दृष्टिकोनावरून ठरतो.

▸ आपला दृष्टिकोन जर स्वास्थ्य व आरोग्याशी संलग्न नसेल, तर पेशी तो आपल्या जीवनानुभवामध्ये परिवर्तित करतील.

▸ परंतु एक निरोगी दृष्टिकोन सतत त्यासमवेत असतो.

▸ प्रत्येक व्यक्ती या विराट विश्वाचा एक मौल्यवान व एकमेवाद्वितीय असा भाग आहे. आपल्या शरीराचा कण न् कण उरलेल्या सर्व शरीराबरोबर संतुलन व सुसंवाद साधत असतो.

▸ शरीर एक सतत बदलणारा गतिशील होलोग्राम आहे व त्यातील प्रत्येक भाग या बदलामध्ये सहभागी होत असतो.

▸ शरीरातील प्रत्येक पेशी आपला निवडस्वातंत्र्याचा हक्क बजावत या गतिशील होलोग्राममध्ये सहभागी होऊन इतर भागांवर अचूक प्रभाव पाडते.

पेशीची स्मरणशक्ती

मला आठवतेय, माझ्या दहाव्या वाढदिवशी मला एक अविस्मरणीय भेट मिळाली होती. त्या खास भेटीबद्दल मला सकाळीच सांगितले गेले होते. माझे वडील मला म्हणाले होते की ते मला अशा एका विशेष जागी नेणार आहेत जी मला खूपच आवडेल. कारण तिथे मी कधीच गेलो नव्हतो.

ते मला कुठे नेणार असतील याचा विचार करण्यात मी पूर्ण सकाळ घालवली. माझ्या बालबुद्धीने मी अनेक सुरस व मनोरंजक जागांची कल्पना केली. डिस्नेलॅंडची अनपेक्षित सहल, अफ्रिकेतील सफारी अशासारख्या जागांचाही विचार केला. काही झाले तरी मी फक्त दहा वर्षांचा होतो ना! पण घरातून बाहेर पडायलाच दुपारचे दोन वाजले. तोपर्यंत माझ्या आधीच्या कल्पनांना कधीच तिलांजली मिळाली होती. कारण इतक्या कमी वेळात त्यातील काही घडणे अशक्यच होते. काही तासांत निम्मे जग पालथे घालता येत नाही, हे मला दहाव्या वर्षी कळत होतेच!

आमची गाडी जेव्हा एका चित्रपटगृहाबाहेर थांबली, तेव्हा खरे तर माझा मोठा भ्रमनिरासच झाला. माझी निराशा माझ्या चेहऱ्यावर अगदी स्पष्ट दिसत होती आणि माझा चेहरा बघून वडिलांना मात्र हसू फुटत होते. आत गेल्यावर तिकिटाच्या खिडकीकडे जाण्याऐवजी आम्ही वेगळ्याच इमारतीकडे वळलो. तिथे त्यांचे एक मित्र आमची वाट पाहत उभे होते. आम्ही एका दाराने आत गेलो व एक चिंचोळा जिना चढून एका खोलीत शिरलो.

तिथे ती अनपेक्षित भेट माझी वाट पाहत होती! चित्रपटगृहातली ती प्रोजेक्शन रूम होती. तो चित्रपट इतर लोकांपेक्षा कितीतरी आधी

मला बघायला मिळणार होता. माझी निराशा कुठल्या कुठे पळून गेली. एक अनोखा अनुभव घेण्याची संधी मिळाल्यामुळे मी कुणी खास व्यक्ती असल्यासारखे मला वाटायला लागले.

त्या दिवशी त्या खास अनुभवाबरोबरच मला खूप शिकायला मिळाले. हजारो-लाखो छायाचित्रांचे अनुक्रमाने केलेले संकलन म्हणजेच सिनेमाची रिळे हे मला पहिल्यांदाच कळले. पडद्यावर सलग एक मिनिट चालणारे दृश्य शंभरच्या वर छोट्या छोट्या छायाचित्रांच्या संग्रहाने बनलेले असते,   हे मला ते रीळ हातात घेतल्यावर नीट समजले. प्रोजेक्टरमधून एका नियमित वेगाने फिरणाऱ्या त्या रिळातल्या फिल्ममुळे एक सलग दृश्य पडद्यावर तयार होत होते.

आपण बाह्य जगात जे प्रक्षेपित करत असतो, ती आपल्या अंतर्जगातील तंतोतंत प्रतिकृती असते, ही कल्पनाच खूप विस्मयकारक आहे. खरे तर आपल्या प्रत्येक पेशीची तुलना फिल्मच्या एका रिळाशी करता येईल. जसे एका फिल्मच्या भेंडोळ्यातील कित्येक मीटर फिल्ममध्ये हजारो सलग दृश्ये साठवलेली असतात, तसेच प्रत्येक पेशीत आपला प्रत्येक क्षणातील अनुभव अनुक्रमाने साठवला जातो.

येणारा प्रत्येक विचार, जाणवणारी प्रत्येक भावना, प्रत्येक श्वास-उच्छ्वास आपल्या आत्म्याकडून नोंदवला जातो. पेशीत साठवला जातो. आपल्या आत्म्याने अशा भौतिक स्वरूपात आतापर्यंत अनेक फेऱ्या केलेल्या आहेत. वेगवेगळ्या ठिकाणी, वेगवेगळ्या परिस्थितीत, निरनिराळ्या जन्मांमधले मानवी आयुष्य उपभोगले आहे, अनुभवले आहे. भौतिक जगातील प्रत्येक जन्मात कोरल्या गेलेल्या आठवणींचा ठसा आपल्या शरीरातल्या प्रत्येक पेशीवर उमटलेला असतो. या स्मृतींच्या भांडारातूनच आपल्या व्यक्तिमत्त्वाच्या सूक्ष्म छटा उभारून येत असतात.

एखादी उत्तेजना जेव्हा सामोरी येते, तेव्हा आपले शरीर या पूर्वानुभवाच्या स्मृतिभांडारातून प्रतिसाद देते.

जेव्हा एक नवीन रीळ फिरायला सुरुवात होते, तेव्हा आधीच्या रिळाला ते इतके चपखलपणे जोडलेले असते, की पहिले संपून पुढचे कधी सुरू झाले ते प्रेक्षकांना कळतसुद्धा नाही. या भौतिक जगातले आपले अगणित जन्म म्हणजे पेशीत साठलेल्या आठवणींचा एक

अखंड धागाच म्हणावा लागेल. त्यामुळे आपले शरीर असे वागते की जणू त्याला कधी अंत आलाच नाही.

पूर्वजन्मात ज्या भागावर आघात किंवा जखम होऊन मृत्यू आला असेल, तिथे जन्मखूण सापडते असे समजले जाते. जुन्या साठवणीतल्या स्मृतींमुळे अनेकदा सध्याच्या आयुष्यात मोठ्या प्रमाणावर आजारांची

लक्षणे दिसून येतात.

एकदा डॉक्टर म्हणून मी एका पेशंटवर उपचार करत होतो. थोड्या थंडीत गेले तरी प्रतिच्या संपूर्ण शरीरावर पुरळ व लाल चट्टे उमटत असत. तापमान थोडेसुद्धा कमी झालेले तिला सहन होत नसे. तिचे दैनंदिन आयुष्य यामुळे फार कठीण होऊ लागले होते. त्याचे मूळ कारण शोधण्यासाठी उपचारांच्या दरम्यान पूर्वजन्माची सफर केली, तेव्हा आधीच्या एका जन्मात अतिशय थंड प्रदेशात काटेरी झुडपात पडल्यामुळे तिला अत्यंत वेदनामय मृत्यू आल्याचे निष्पन्न झाले. तेव्हा काट्यांनी तिचे संपूर्ण शरीर ओरबाडले गेले होते. हजारो काटे शरीरात घुसून जखमा झाल्या होत्या. वेळेत व योग्य उपचार न मिळाल्याने जखमा चिघळून तिचा मृत्यू झाला होता.

त्या अनुभवाची आठवण तिच्या शरीराने अचूकपणे साठवली होती. सध्याच्या जन्मात नकळत एखाद्या किरकोळ कारणामुळे ती आठवण चाळवली जात होती व थंड हवा लागली की शरीर लाल चट्ट्यांनी भरून जात होते. कोणत्याही औषधांना किंवा बाह्य उपचारांना तिचे शरीर प्रतिसाद देत नव्हते, यात काहीच नवल नव्हते. बरे होण्याच्या प्रक्रियेत आम्हाला तिच्या पेशींतील स्मृतिसाठ्यावर काम करून तिथल्या माहितीचे संदर्भ बदलावे लागले.

आपल्या शरीरात कोणतेही त्रासदायक लक्षण जाणवू लागले की ते लगेच नाहीसे व्हावे म्हणून आपण प्रयत्न करू लागतो. आपल्या शरीरात खूप माहिती साठवलेली असते. शरीराला आपल्याला खूप सांगायचे असते, आपल्याला जाणवून द्यायचे असते व ते फक्त शरीराच्या माध्यमातून करता येते. नीट लक्ष देऊन शरीराचे संदेश ऐकले तरच संपूर्ण, सर्वसमावेशक चित्र स्पष्ट होते.

सारांश :
  ‣ आपण बाह्य जगात जे प्रक्षेपित करत असतो, ती आपल्या अंतर्जगातील तंतोतंत प्रतिकृती असते.
  ‣ प्रत्येक पेशीत आपला प्रत्येक क्षणातील अनुभव अनुक्रमाने साठवला जातो.
  ‣ येणारा प्रत्येक विचार, जाणवणारी प्रत्येक भावना, प्रत्येक

श्वास-उच्छ्वास आपल्या आत्म्याकडून नोंदवला जातो, पेशींत साठवला जातो.

- भौतिक जगातील प्रत्येक जन्मात कोरल्या गेलेल्या आठवणींचा ठसा आपल्या शरीरातल्या प्रत्येक पेशीवर उमटलेला असतो.
- या स्मृतींच्या भांडारातूनच आपल्या व्यक्तिमत्त्वाच्या सूक्ष्म छटा उभारून येत असतात.
- एखादी उत्तेजना किंवा किरकोळ घटना जेव्हा सामोरी येते, तेव्हा आपले शरीर या पूर्वानुभवाच्या स्मृतिभांडारातून प्रतिसाद देते.
- भौतिक जगातले आपले अगणित जन्म म्हणजे पेशींत साठवलेल्या स्मृतींचा सलग, न संपणारा धागाच म्हणावा लागेल.
- आपले शरीर असे वागते की जणू त्याला कधी अंत आलाच नाही.
- हीलिंगच्या किंवा बरे होण्याच्या प्रक्रियेत पेशींतील स्मृतिसाठ्यांवर काम करून तिथले पूर्वसंदर्भ बदलावे लागतात.
- आपल्या शरीरात खूप माहिती साठवलेली असते.
- नीट लक्ष देऊन शरीराचे संदेश ऐकले तरच संपूर्ण- सर्वसमावेशक चित्र स्पष्ट होते.

ध्यान - १

आतापर्यंत शरीराबद्दलच्या ज्या संकल्पनांची चर्चा आपण केली, त्यांचा प्रत्यक्ष अनुभव घेण्यासाठी या स्वाध्यायाचे आयोजन केले आहे. आपल्या शरीराशी संबंध प्रस्थापित करून त्याच्याशी संवाद साधणे व त्याचे सांगणे ऐकायचे कसे ते शिकणे, हा यामागचा उद्देश आहे. आपल्या शरीरात साठवलेली स्वतःबद्दलची गुपिते यामुळे समजतीलच, पण आपल्या सर्वांत जवळच्या गोष्टीबरोबर, आपल्या शरीराबरोबर मैत्रीचा, प्रेमाचा एक बळकट बंध निर्माण होण्यास मदत होईल.

पुढील स्वाध्याय करताना पूर्ववाचन करून व मग आठवून त्याप्रमाणे ध्यान (मेडिटेशन) करावे अथवा एखादा मित्र हे वाचन करत असताना त्याच्याबरोबर ध्यान करता येईल. अजून एक पर्याय म्हणजे, स्वतःच्या आवाजात हा स्वाध्याय रेकॉर्ड करून मग ते ऐकतही ध्यान करता येईल.

या स्वाध्यायामधून पूर्णपणे फायदा मिळवायचा असेल तर काही महत्त्वाच्या सूचनांचे लक्षपूर्वक पालन करणे गरजेचे आहे.

◆ दिवसाची अशी वेळ निवडावी जेव्हा तुम्हाला स्वाध्याय करताना कोणताही व्यत्यय येणार नाही.

◆ शरीर संपूर्णपणे शिथिल करता येईल असे सैल, आरामदायी व न काचणारे कपडे घालावेत.

◆ अशी जागा व आसनस्थिती निवडावी जिथे संपूर्णपणे आरामात बसून या स्वाध्यायावर सर्व लक्ष केंद्रित करता येईल.

◆ शांत वाटेल असे मंद संगीत एकीकडे चालू ठेवावे; म्हणजे आजूबाजूच्या आवाजांनी व्यत्यय येणार नाही.

आता सुरुवात करू या–

आरामदायी स्थितीत बसावे.

डोळे अलगद मिटून घ्यावेत व स्वाध्याय संपेपर्यंत बंदच ठेवावेत.

दोन किंवा तीन श्वास घ्यावेत. नंतर श्वासोच्छ्वास नैसर्गिक गतीने सहजपणे चालू राहू द्यावा.

श्वासाच्या संथ गतीमुळे होणाऱ्या पोटाच्या लयबद्ध हालचालीवर लक्ष केंद्रित करावे.

जसे लक्ष श्वासाच्या लयबद्ध हालचालीवर एकाग्र होत राहील तसे मन विचलित होणे थांबून, मनात विचार येणे कमी होऊन हळूहळू ते नाहीसे होतील. हे होण्यासाठी पुरेसा वेळ द्यावा, घाई करू नये.

जसजसा विचारांचा वेग संथ होईल, तसतसे शरीराचे शिथिल होणे जाणवेल.

संपूर्ण लक्ष श्वासाकडे असावे. आत येणाऱ्या प्रत्येक श्वासाबरोबर आतपर्यंत शरीर शिथिल होत असेल ते जाणावे.

शरीर शिथिल होण्याच्या हेतूने श्वासोच्छ्वासाच्या क्रियेकडे सजगतेने पाहत राहा.

तुम्ही ताजी स्वच्छ हवा आत घेत आहात, शिळी अस्वच्छ हवा बाहेर टाकत आहात.

ताजी वैश्विक ऊर्जा श्वासाद्वारा आत येत आहे. थकलेली, शिळी ऊर्जा उच्छ्वासावाटे बाहेर टाकली जात आहे.

कल्याणकारी आरामदायी ऊर्जा आत येत आहे. तणावयुक्त, चिंतायुक्त ऊर्जा बाहेर टाकली जात आहे.

जाणीवपूर्वक ही श्वासोच्छ्वासाची प्रक्रिया चालू ठेवावी व एक शांत, आरामदायी शिथिलता अनुभवावी, जाणावी.

जसे शरीरातील स्नायू शिथिल होत जातील, ताण नाहीसा होईल, तसा शरीरातील प्रत्येक कणापर्यंत पोचणारा आपला श्वास जाणावा.

कल्पनेने जाणावे की शरीरातील शेकडो छोटे छोटे प्रवाह खुले होत आहेत, मोकळे होत आहेत. त्या प्रत्येक मार्गावरून आत येणारा व जाणारा श्वास वाहत आहे.

शरीराच्या सर्व अंगांमधून प्रवास करताना मस्तकापासून पायाच्या

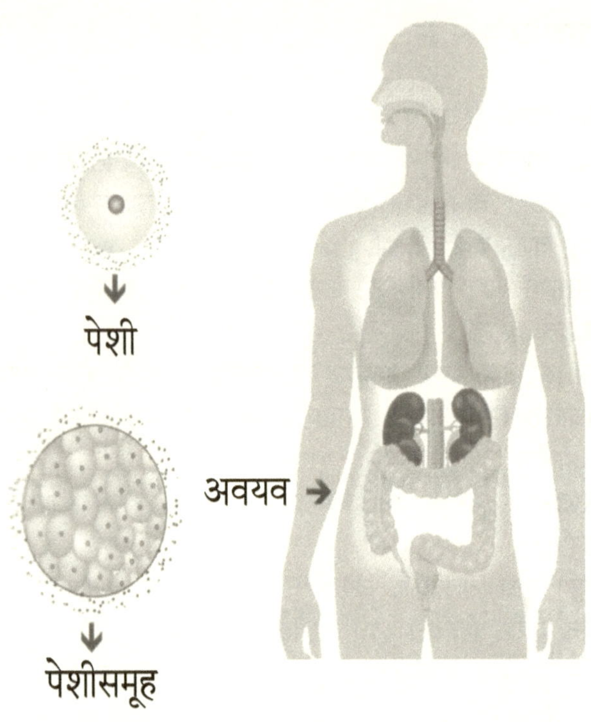

शरीरातील विविध अंगांशी संवाद साधताना

बोटांपर्यंत सफर करताना ही जाणण्याची क्रिया सतत चालू राहावी; जसे एखादा पर्यवेक्षक किंवा सुपरवायझर करेल.

सर्वांगांमधील प्रत्येक मार्ग खुला, मोकळा होण्यासाठी लागेल तितका वेळ घ्यावा. संथ, नैसर्गिक श्वासोच्छ्वास चालू असताना प्रत्येक प्रवाह जाणत राहावा.

ही प्रक्रिया चालू असताना तुम्ही आपल्या श्वासाशी कसे जोडले गेले आहात ते जाणत राहावे. तुम्ही जणू तुमचा श्वासच झाला आहात, तुम्ही तुमच्या श्वासाच्या माध्यमातून ऊर्जा बनून शरीराच्या प्रत्येक अंगामधून वाहत आहात आणि नको असणारी ऊर्जा बाहेर टाकण्यासाठी परतून येत आहात.

तुमच्या शरीरातल्या प्रत्येक अंगाशी, अवयवाशी व स्नायूशी तुम्ही श्वासाच्या माध्यमातून जोडले गेले आहात. प्रत्येक पेशीशी बांधले गेले आहात. संवादाचे सगळे मार्ग आता खुले झाले आहेत.

या श्वासाच्या माध्यमातून आता आपल्या शरीराशी संवाद साधा. तुमचे लक्ष वेधून घेण्यासाठी आतुरलेल्या प्रत्येक अंगापर्यंत तुम्हाला नेण्याची तुमच्या श्वासाला विनंती करा.

ही तुमची इच्छा मनःपूर्वक प्रकट केल्यानंतर या प्रक्रियेवर पूर्ण विश्वास टाका. तुमच्या अंतःशक्तीवर भरवसा ठेवा. श्वास तुमचा मार्गदर्शक होईल, ही खात्री बाळगा. त्याला उत्स्फूर्तपणे स्वाधीन व्हा. मनात यत्किंचितही शंका, प्रश्न, चिकित्सा यांना थारा देऊ नका.

ज्या अवयवाकडे किंवा शरीराच्या अंगाकडे तुमचे स्वाभाविकपणे लक्ष जाईल तिथे जा, त्या अंगांशी संपर्क साधा, त्यांच्याशी संवाद साधा. जसे नितांत प्रेम असणाऱ्या एखाद्या मित्राशी किंवा एखाद्या मुलाशी गोष्टी कराल, तसे करा.

ते अंग ज्या अर्थी तुमचे लक्ष वेधून घेते आहे, त्या अर्थी त्याला तुम्हाला नक्कीच काही निरोप द्यायचा आहे, या भावनेने शरीराशी बोला. तो निरोप विचारा, खुल्या मनाने ऐका, स्वीकारा. तुमच्या विचारामधून शरीर तुमच्याशी बोलेल, ते लक्षपूर्वक ऐका.

मग जो सर्वांत पहिला विचार मनात येईल तो उत्स्फूर्तपणे निवडा, त्याबद्दल मनात चिकित्सा, संदेह ठेवू नका.

शरीर एखादी समस्या सांगत असेल तर ती सोडवण्यासाठी शरीराचा सल्ला घ्या. शरीराला पुन्हा स्वास्थ्यपूर्ण अवस्थेत नेण्यासाठी तुम्ही काय करू शकता ते विचारून घ्या.

हा संवाद एखाद्या समजून घेणाऱ्या व प्रतिसाद देणाऱ्या खऱ्याखुऱ्या व्यक्तीशी चालू आहे अशा भावनेने केल्यास अधिकच मदत होईल. सहजपणे सुरळीत संवाद चालू राहील. तुमच्या शरीराचे व मनाचे पूर्ण समाधान होईपर्यंत अंतःप्रेरणेने काम करत राहा.

शरीराबरोबरचा संवाद जेव्हा संपेल तेव्हा एक संदेश तुमच्यापर्यंत पोचला आहे, असे त्या शरीराच्या अंगाला सांगा. मग ते अंग संदेशापासून मुक्त होईल व नैसर्गिक कार्याकडे पुन्हा वळेल.

त्या अंगातील पेशींशी संवाद साधा. स्वतःला संपूर्ण बरे करण्याच्या त्यांच्या क्षमतेची त्यांना जाणीव करून द्या. नेहमीच्या स्वास्थ्यपूर्ण स्थितीत परत जाण्याची त्यांना विनंती करा. त्यांच्या सल्ल्याप्रमाणे व सूचनांप्रमाणे तुम्ही वागायला तयार आहात, अशी त्यांना खात्री पटवून द्या.

तुमच्या विनंतीची त्यांनी घेतलेली दखल व त्यांचे हायसे वाटणे पण जाणा.

ही प्रक्रिया पूर्ण करण्याआधी तुमच्या शरीराच्या अंगाचे मनःपूर्वक आभार माना. फक्त संदेश दिल्याबद्दलच नव्हे, तर तुमच्या शरीराचे एक अंग बनून शरीरक्रिया चालू ठेवण्याचे महत्त्वाचे कार्य करत असल्याबद्दल त्याला धन्यवाद द्या. तुमचे लक्ष वेधून घेण्यासाठीच त्याने आजारपण भोगले, याची जाणीव ठेवून त्याला मनःपूर्वक दुवा द्या.

संवाद पूर्ण झाल्यानंतर त्या अंगामधून सावकाश तुमचे लक्ष काढून घ्या. शरीराकडून मिळालेली सर्व माहिती, सूचना, सल्ला काळजीपूर्वक जाणून घ्या.

ही प्रक्रिया क्रमशः करून तुमचे लक्ष वेधून घेत असलेल्या दुसऱ्या अवयवाकडे वळा. पायरीपायरीने, टप्प्याटप्प्याने सर्व आधीप्रमाणेच करा किंवा आता थांबून नंतर काही वेळाने पुन्हा स्वाध्याय करा.

जर तुम्ही थांबायचे ठरवलेत तर स्वतःच्या श्वासाबरोबर थोडा वेळ राहून, लक्ष केंद्रित केलेल्या अंगामधून निघणारी समाधानाची भावना सर्व शरीरात पसरू द्या. आपल्या संकटातल्या मित्राला तुम्ही जो वेळ व महत्त्व दिलेत ते पाहून तुमचे पूर्ण शरीर तुमचे ऋणी होईल.

कल्याणकारी नवचैतन्य पूर्ण शरीरात वाहत असलेले जाणून घ्या. शरीर जे स्वास्थ्य व आत्मविश्वास अनुभवते आहे, त्याचा तो परिणाम आहे. तुम्ही शरीराबरोबर बोलताय, त्याचे ऐकताय, तुमच्या अस्तित्वासाठी शरीराचे कार्य किती अमूल्य आहे याबद्दल ऋणनिर्देश करताय, याची ही निष्पत्ती आहे.

या सर्व विचारांची, भावनांची जाणीवपूर्वक दखल घेत सावकाश डोळे उघडा.

माझ्या शरीराकडून आलेले संदेश

– आपले स्नेहांकित, शरीर

विभाग दोन
भावभावना

ऊर्जेचा प्रवाह

वाहत्या पाण्यापासून वीजनिर्मिती करता येते, हा मानवजातीला लागलेला शोध म्हणजे मानवी जीवनातील एक महत्त्वपूर्ण टप्पा होता. वीजनिर्मितीचा हा जगन्मान्य उपाय आता संपूर्ण जगभरातील विजेचा मोठा स्रोत बनला आहे.

मी जन्मलो त्या आमच्या वडिलोपार्जित घराजवळून संथपणे वाहणारी एक नदी पुढे जाऊन एका मोठ्या प्रकल्पात वीजनिर्मिती करत असेल, असे माझ्या ध्यानीमनीही कधी आले नव्हते. शाळेतून घरी आल्यावर मी व माझा भाऊ नदीच्या पाण्यात दुपारभर डुंबत असू, पाण्यात तास न् तास खेळत असू. तिथेच तर मी पोहायला शिकलो. ती नदी म्हणजे आमचा खासगी तरणतलावच होता!

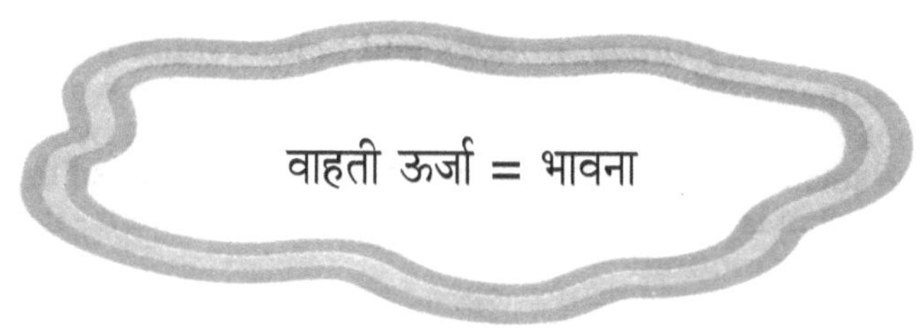

मी छोटा असताना पावसाळ्यात एकदा दूरदर्शनवर पाहिले की, माझ्या आवडत्या नदीला पूर येऊन तिने आजूबाजूच्या प्रदेशात हाहाकार माजवला. मी अतिशय अस्वस्थ झालो. तेव्हा नदी म्हणजे माझी जिवलग मैत्रीण होती. तिच्याशी मी मनातले बोलायचो. सगळी गुपिते बिनदिक्कत सांगायचो. ती असं 'वागू' शकते हे पाहून मला प्रचंड धक्का बसला होता.

मी जसा मोठा होत गेलो, तसे माझ्या या बालपणीच्या मैत्रिणीबद्दलचे अनेक पैलू मला स्पष्टपणे दिसू लागले. या माझ्या जिवाभावाच्या मैत्रिणीत व माझ्यात आणि सर्वच मानवजातीत असलेले चित्तवेधक साम्य मला आकर्षित करू लागले.

भौतिकदृष्ट्या नदीचा उगम ठरवणे तसे सोपे नसते, हे एकदा उमगले. पर्वतांच्या रांगांतून एखाद्या छोट्या झऱ्यामधून बऱ्याच नद्यांचा उगम होतो. जमिनीवर जिथून झरा प्रकट होतो ती जागा शोधता आली तरी झऱ्याचा प्रारंभबिंदू आपल्याला अज्ञातच असतो. पुढे वाहती नदी बनते असा तो पाण्याचा पहिला थेंब जमिनीच्या किती खाली, खोलवर निर्माण होत असेल ते शोधणे खरोखर शक्य आहे का? आपल्या उत्पत्तीची मुळे जशी खूप पूर्वीच्या एखाद्या अगम्य स्थानी सापडतील, तशीच या नदीच्या उगमाची मुळेही आढळतील. आपल्यासारखीच ही नदीही निसर्गाचा एक आविष्कार आहे.

नदीच्या पूर्ण प्रवासाचा आलेख काढता येऊ शकतो. तिची भौतिक परिमाणे मोजता येतात. दोन्ही बाजूंच्या काठांनी आखून दिलेल्या हद्दीमध्ये ती सीमित राहते. तऱ्हेतऱ्हेच्या प्रदेशांमधून वाहताना तिचा प्रत्येक ठिकाणचा प्रवास वेगळा असतो. तिचे रूप भिन्न असते, तिचे वर्तन निराळे असते. माझ्या घराशेजारच्या नदीसारखे तिचे बाह्य रूप कधी शांत असेलही, पण पृष्ठभागाच्या खाली तिचा एक गुण अगदी सुस्पष्टपणे जाणवतो; तो म्हणजे तिची ऊर्जा. एक वाहता ऊर्जेचा प्रवाह, एनर्जी इन मोशन.

आपल्या प्रत्येकाच्या ठायी अशीच एक विलक्षण सुंदर वाहती नदी सूक्ष्म स्वरूपात वसत असते. भव्य ऊर्जास्रोताची नदी आपल्या भौतिक शरीराच्या सीमित मर्यादांमधून वाहते. ही वाहती ऊर्जा (एनर्जी इन मोशन) म्हणजेच भावना (इमोशन). अगम्य उगमस्थान असलेला

भावनिक ऊर्जेचे प्रवाह

आपला जीव टप्प्याटप्प्यांनं हे भौतिक शरीर परिधान करतो. जाणिवांच्या अतिसूक्ष्म स्थितीपासून सुरुवात होते, मग कंपने मंदावतात, स्थिरावतात आणि एका घन शरीराची उत्पत्ती होते. म्हणूनच आपल्या अस्तित्वाच्या वेगवेगळ्या पातळ्या आहेत; ज्यांना ऑरा (स्थितीसापेक्ष भाव) असे म्हटले जाते. म्हणजेच आपल्या घन शरीरापेक्षा एका वेगळ्या पातळीवर आपले भावनिक शरीर (इमोशनल बॉडी) नांदत असते.

आपल्या भावनिक शरीराचे अस्तित्व एखाद्या वाहत्या नदीसारखे असते. हा वाहता ऊर्जेचा स्रोत आपल्या घन शरीराच्या भौतिक हद्दीमध्ये वाहत असतो. वेगवेगळ्या घटनांना, परिस्थितीच्या चढ-उतारांना सामोरे जाताना नदीप्रमाणेच त्याचे रूप, वर्तन क्षणोक्षणी बदलत असते. सतत वाहते राहण्याच्या क्षमतेवर आपल्या भावनांचे स्वास्थ्य अवलंबून असते.

जसा हा नदीच्या पाण्याचा प्रचंड प्रपात अजस्र पाणचक्क्या लीलया फिरवून वीजनिर्मिती करू शकतो, तसेच आपल्या भावना आपल्या आयुष्याला सतत गती देत असतात. वाफेवर इंजिन चालावे तसे भावनांवर शरीर चालते. यामुळेच आपल्या शरीररूपी इंजिनाचे आरोग्य व कार्यक्षमता भावनांच्या स्वास्थ्याशी सतत जोडली गेलेली असते. मग त्या शक्तिमान, बळ देणाऱ्या भावना असोत किंवा हतबल शक्तिपात करणाऱ्या भावना असोत.

सारांश :

- आपल्या प्रत्येकाच्या ठायी एक विलक्षण सुंदर वाहती नदी सूक्ष्म स्वरूपात वसत असते. भव्य ऊर्जास्रोताची नदी.
- भौतिक शरीराच्या सीमित मर्यादांमधून वाहणारी ही ऊर्जा (एनर्जी इन मोशन) म्हणजेच भावना (इमोशन).
- म्हणूनच आपल्या अस्तित्वाच्या वेगवेगळ्या पातळ्या आहेत, ज्यांना ऑरा (स्थितीसापेक्ष भाव) असे म्हटले जाते.
- जाणिवांच्या अतिसूक्ष्म स्थितीपासून सुरुवात होते, मग कंपने मंदावतात, स्थिरावतात आणि एका घन शरीराची उत्पत्ती होते.
- आपल्या घन शरीरापेक्षा एका वेगळ्या पातळीवर आपले भावनिक शरीर (इमोशनल बॉडी) नांदत असते.

- आपल्या भावनिक शरीराचे अस्तित्व एखाद्या वाहत्या नदीसारखे असते. हा ऊर्जाप्रवाह घन शरीराच्या भौतिक हद्दीमध्ये वाहत असतो.
- सतत वाहते राहण्याच्या क्षमतेवर आपल्या भावनांचे स्वास्थ्य अवलंबून असते.
- वाफेने इंजिन चालावे तशा भावना शरीर चालवतात.

प्रेम आणि भीती

मी हायस्कूलमध्ये असतानाची गोष्ट. आम्हा वरच्या वर्गातील विद्यार्थ्यांना लहान मुलांच्या वर्गावर काही तासांना पर्यवेक्षण करायला सांगितले जायचे. तो एक प्रकारचा ट्रेनिंगचा भाग असावा. त्याला एस.यू.पी.डब्ल्यू. म्हणजे 'सोशली यूजफुल प्रॉडक्टिव्ह वर्क' असे म्हटले जायचे.

सांडलवंड करणाऱ्या दंगेखोर मुलांवर नजर ठेवण्याचे हे काम किती कंटाळवाणे आहे, अशी आम्ही नेहमी तक्रार करायचो. पण कधी कधी मात्र लहान मुलांचे एकमेकांशी संवाद साधणे, त्यांची वर्तणूक, विचार करण्याची पद्धत मला खूप चित्तवेधक व मोहक वाटायची.

एकदा सहा वर्षे वयाच्या मुलांच्या वर्गातल्या स्वयंपाकाच्या तासाला मी व माझे दोन मित्र वर्गशिक्षकांना मदत करत होतो. त्या वेळी घडलेला एक प्रसंग माझ्या स्मरणात कोरला गेला आहे.

त्या वर्गात मुलांच्या पाककौशल्याचे मूल्यमापन होणार होते. अर्थातच वयाच्या हिशोबाने व मुलांना करताना मजा वाटावी अशी साधीच पाककृती करायची होती. मला एक मुलगी आठवते. तिला फळांचे तुकडे, बिस्किटे, केक व मलई असे सामान दिले गेले व एक गोड पदार्थ (डेझर्ट) बनवायला सांगण्यात आले. तिचा चेहरा अगदी गंभीर व चिंताक्रांत दिसत होता. ती माझ्या गटात असल्याने मी तिच्याशी बोलून तिचे दडपण कमी करण्याचा प्रयत्न केला. हे किती जबाबदारीचे काम तिला दिले गेले आहे ते ती मला सांगत होती. तिला यावर गुण दिले जाणार असल्याने तिचे पूर्ण भवितव्य त्यावर अवलंबून आहे, असे तिला वाटत होते. 'मला इतके कठीण काम का दिलेय, मी तर फक्त सहा वर्षांची आहे,' ती म्हणाली.

पूर्ण वेळ तिच्या चेहऱ्यावर चिंतेचे भाव होते. तिची पाककृती पूर्ण

झाल्यावर घामेजल्या हातांनी व अस्वस्थ मनाने तिने तो पदार्थ टीचरला व मला खायला दिला. आमच्या चेहऱ्यावरचे हसू पाहून तिला आश्चर्य वाटत होते. काहीतरी चुकले असेल अशी तिची काळजी पाहून मला फारच मजा वाटत होती. पदार्थाची चव बघताक्षणी मी तिला सांगितले की तो फारच चविष्ट झाला आहे व माझ्या मित्रांकडे बशी दिली. ती मोठी होऊन जगातली एक उत्कृष्ट शेफ बनणार आहे, असे आम्ही सर्वांनीच तिला सांगितले. या प्रशंसेने मग तिला स्वतःचा मनापासून अभिमान वाटू लागला.

लहान मुले किती निरागस आणि गोड असतात! फळे, बिस्किटे, केक आणि मलई यांचे मिश्रण करून बनवलेला पदार्थ चुकणे शक्य तरी आहे का? मला आठवूनच हसू येते त्या गोष्टीचे. मोठी माणसेही काही वेगळी नसतात; नाही का? मोठ्यांपुढचा प्रश्न आयुष्याचा असतो; क्षुल्लक पाककृतीचा नसतो, हे जरी मान्य केले तरी अनेकदा आपण त्या लहान मुलीसारखा विचार करतो, वागतो.

आपली कशी सुरुवात झाली ते आठवू. जाणिवांचे, चेतनेचे घनरूप म्हणजे सर्व भौतिक जग आणि जगाला चालवणारा ऊर्जा स्रोतही या जाणिवांचे, चेतनांचे भौतिक रूपांतर नाही का? मग यांचे मिश्रण किंवा बनणारी पाककृती चुकेलच कशी? पण किती कमी वेळ आपण आपल्या आयुष्याकडे या जाणिवेतून पाहतो?

दैवी जाणिवांचा, चेतनेचा एक अंश बीजरूपी शक्तीमधून भौतिक स्वरूप घेतो. हे भौतिक स्वरूप चेतनेच्या एका पातळीवरचे / स्तरावरचे असते, ज्याला आपण भूतलावरचे जीवन म्हणून संबोधतो. ही चेतना (जाणीव) अपरिमित, अकल्पित आणि सूक्ष्म असते. प्रत्यक्ष घन स्वरूपात येण्यासाठी या कंपनांचा वेग मंदावतो. याचा प्रत्यक्ष परिपाक म्हणजेच ही ऊर्जा होय. ज्या चेतनेतून हे घन भौतिक जग उत्पन्न झाले त्याच्या अस्तित्वाचे दृश्य स्वरूप ही ऊर्जा असते. म्हणजेच सर्व प्रकारच्या ऊर्जेचा उगम एकच आहे, हे स्पष्ट होते.

दैवी चेतनेचा प्रत्यक्ष अनुभव घेण्यासाठी जर भौतिक अस्तित्वाचे प्रयोजन असेल, तर बिनशर्त प्रेम व निष्ठा हाच या मागचा मूळ हेतू असावा. समजा मला टेनिस खेळायची तीव्र इच्छा आहे आणि खेळात यशस्वी होण्यासाठी लागणारे कौशल्य व सामर्थ्य माझ्या अंगी आहे

याचा मला पूर्ण विश्वास आहे, तर मी भरपूर मेहनत करेन, बिलकूल कच खाणार नाही. माझे खेळाप्रती असलेले बिनशर्त प्रेम व निष्ठा मला कोणतीही अंगमेहनत करण्याची शक्ती देतील. माझे इप्सित साध्य करण्यासाठी या दोन गोष्टी मला मदत करतील.

चेतनेच्या भूतलावरील आपल्या पूर्ण अस्तित्वाच्या व प्रवासाच्या बाबतीत हे असेच घडते. उगमापासून येणारी सर्व ऊर्जा बिनशर्त प्रेम व निष्ठेवर आधारित असते हे आपल्याला कळू लागते. म्हणजे आपल्या हातून घडणारी चांगली-वाईट कृती किंवा निष्क्रियता प्रेमाच्या मूळ भावनेतून घडते. अर्थात या प्रेमरूपी ऊर्जेवरच जगातील सर्व व्यवहार

चालत असतात.

भौतिक अस्तित्वाच्या प्रवासाचा अनुभव आपण घ्यायचा ठरवला आहे. आपल्या सर्वांचीच सुरुवात एका दैवी शाश्वत अशा अंशाद्वारा झाली आहे. जन्मोजन्मीच्या प्रवासामध्ये लाखमोलाची शिकवण व बहुविध अनुभव गाठीस लागणार आहेत आणि जिथून सुरुवात झाली तिथेच हा प्रवास शेवटी संपणार आहे.

या प्रवासासाठी आपणास ऊर्जेवर चालणारी दोन इंजिने उपलब्ध असतात. एक प्रेमाचे इंजिन आणि दुसरे भीतीचे इंजिन!

मार्ग कोणताही असला तरी वाफेचे इंजिन वाफेवरच चालते, तसेच ही दोन्ही इंजिने प्रेमावरच चालतात, कारण प्रेम हीच उगमापासून येणारी ऊर्जा आहे. पण भीतीचे इंजिन मात्र प्रेमाच्या इंजिनापेक्षा पूर्ण वेगळ्या मार्गाने, निराळ्याच प्रदेशात आपल्याला घेऊन जाते.

जसे या पाककलेच्या वर्गातल्या छोट्या मुलीचे झाले. तिला उत्तम पाककृती बनवायची होती, जे करायचे ते उत्कृष्ट असायला हवे होते. पण तिच्या प्रयत्नामागची चालना भीतीच्या इंजिनाची होती. अस्वस्थता, चिंता, दडपण तिला पूर्णपणे टाळता आले असते. ती ज्या सामग्रीबरोबर काम करत होती, त्याचे मिश्रण करून तयार होणारा पदार्थ चुकूच शकत नाही, हे तिला समजत नसल्यामुळे ती भीती टाळू शकली नाही. आपण मोठी माणसे वेगळ्या स्वयंपाकघरात, वेगवेगळ्या सामग्रीबरोबर काम करत असतो तेव्हा आपली स्थिती या छोट्या मुलीपेक्षा काही वेगळी नसते.

प्रेमाचे इंजिन असो वा भीतीचे- सर्व ऊर्जाप्रवाह किंवा भावनास्रोत दोनच गटांत विभागता येतात- प्रेम किंवा प्रेमाबद्दलचे अज्ञान.

सारांश :

- आपण राहतो ते भौतिक जग चेतनेचे घनरूप आहे.
- जग चालवणारा ऊर्जास्रोत हे जाणिवांचे भौतिक रूपांतर आहे.
- ज्या चेतनेमधून हे घन, भौतिक जग उत्पन्न झाले, त्याच्या अस्तित्वाचे दृश्य स्वरूप म्हणजे ऊर्जा होय.
- सर्व प्रकारच्या ऊर्जेचा उगम एकच आहे. उगमापासून येणारी सर्व ऊर्जा बिनशर्त प्रेम व निष्ठेवर आधारित असते.

- आपल्याद्वारा घडणारी चांगली, वाईट, उदासीन कृती प्रेमभावनेतूनच घडते.

- भूतलावरच्या प्रवासासाठी या ऊर्जेवर चालणारी दोन इंजिने आपल्याला उपलब्ध असतात. एक प्रेमाचे इंजिन व दुसरे भीतीचे इंजिन.

- फरक एवढाच की, जीवनप्रवासासाठी आपण जे इंजिन निवडू, त्याप्रमाणेच बहुविध अनुभव व शिकवण आपल्या गाठीस लागेल.

- जीवनरूपी स्वयंपाकघरातली सामग्री कोणतीही असो, त्याची पाककृती चुकूच शकत नाही.

- सर्व ऊर्जाप्रवाह अथवा भावनास्त्रोत (एनर्जी इन मोशन किंवा इमोशन) दोनच गटांत विभागता येतात, प्रेम किंवा प्रेमाबद्दलचे अज्ञान.

सर्व भावना वैध आहेत

आधी सांगितलेल्या पाककृतीच्या वर्गाबद्दल एक गोष्ट सांगायची राहिली. सर्व मुलांसमोर तीन पर्याय होते. एका गटाला डेझर्ट बनवायचे होते. दुसऱ्या गटाला कस्टर्ड, फळांचे तुकडे, सुका मेवा व मारी बिस्किटे दिली होती व तिसऱ्या गटाला ब्रेड, लोणी, काकडी, टोमॅटो देऊन सहलीसाठी पदार्थ बनवायचा होता. प्रत्येकाला यातील एक पर्याय निवडायची मुभा होती. पण एकदा निर्णय झाल्यावर प्रत्येकालाच वाटत होते आपण किती कठीण काम पदरात घेतले आहे. शेवटी प्रत्येकालाच 'ए' ग्रेड मिळाली. किती छान! आम्हा वरच्या वर्गातल्या विद्यार्थ्यांना इतके सोपे काम मिळायला हवे होते!

या दोन गोष्टींत मला जे साधर्म्य दाखवायचे आहे ते तुम्हालाही जाणवले असेल. जेव्हा सर्व सामग्री तुमच्या वर्गशिक्षकांनी पुरवली आहे, तेव्हा तुम्ही कोणत्याही गटातील सामान वापरले तरी चूक होण्याची शक्यताच नाही. प्रत्येकाला त्यांच्या प्रयत्नांसाठी 'ए' ग्रेड मिळणारच आहे. जिथे 'प्रेम' हा मूलभूत घटक सर्व भावनांमध्ये

थोड्याफार प्रमाणात आहेच, तेव्हा कोणतीच भावना आपण समजतो तशी 'चांगली' किंवा 'वाईट' असू शकत नाही.

जेव्हा विविध व वैचित्र्यपूर्ण जीवनाला आपण सामोरे जात असतो तेव्हा अनेक किरकोळ घटनांमुळे किंवा प्रोत्साहनामुळे आपल्यामध्ये विविध प्रतिक्रिया निर्माण होत असतात. आपले पूर्वानुभव, संस्कार, श्रद्धा, समजुती यातूनच त्यांचा जन्म होत असतो. प्रतिक्रिया म्हणजे एखाद्या घटनेला दिलेला प्रतिसाद. त्यातून एक ऊर्जाप्रवाह सुरू होतो आणि भावनांना जन्म देतो. या भावना आपल्याला जाणता, अनुभवता येतात.

एखादे चुंबक जर आपण ध्रुवीकरण केलेल्या लोखंडाच्या तुकड्याजवळ नेले तर त्याच्या ध्रुवाप्रमाणे म्हणजेच उत्तर-दक्षिण ध्रुवाप्रमाणे त्याची प्रतिक्रिया होणे स्वाभाविकच आहे. आपण फक्त त्याचे निरीक्षण करू शकतो. लोखंडाच्या तुकड्याने यापेक्षा काही वेगळी प्रतिक्रिया द्यावी, अशी अपेक्षा करणे वेडेपणाचे ठरेल. जर आपण समान ध्रुव एकत्र आणण्याचा प्रयत्न केला तर आपल्याला खूप अवरोधक शक्ती जाणवेल आणि स्वभावतःच ते कसे एकमेकांपासून दूर राहतात, अंतर राखून असतात हे लक्षात येईल. यात चांगले किंवा वाईट काहीच नाही, खरे ना? उलट नैसर्गिक प्रतिक्रिया होत असतात त्यांचे निरीक्षण करून लोखंडाच्या प्रत्येक टोकाला कोणता ध्रुव आहे याचे अनुमान आपण बांधू शकतो.

आपल्या भावनांच्या बाबतीत असेच घडते. उत्स्फूर्तपणे वाहणे हा त्यांचा अंगभूत स्वभाव आहे. त्यामुळे त्यांची पारख करणे, पसंती वा नापसंती दर्शवणे निरर्थक आहे.

आपल्या आजकालच्या आयुष्यात एक मजेशीर विरोधाभास दिसून येतो. एका बाजूला समृद्धी व प्रगतीच्या वाटेवर मोठमोठी पावले उचलणारे आपण दुसऱ्या बाजूला मनुष्य स्वभावाच्या मूलभूत अंगांना समजून घेण्यात अपयशी, अयशस्वी होत आहोत.

उत्स्फूर्तपणे चेतनेच्या ऊर्जास्रोतातून व्यक्त होणे, हा आपल्या चेतनेचा म्हणजेच मानवाचा स्थायीभाव आहे. आपल्या भावनांमधून चेतनेचा ओघ सतत चालू असतो. प्रत्येक एकमेवाद्वितीय व्यक्तीच्या पूर्वानुभवातून, भौतिक अस्तित्वाच्या या प्रवासातून जमा झालेल्या

व्यक्तिगत अनुभवांचा अनोखा रंग या स्रोतात मिसळला जातो. आपल्या भावना या संपूर्ण इतिहासाचा परिपाक असतात.

आपण म्हणजेच आपल्या भावना असतो. त्यांच्याद्वारा आपल्यात ऊर्जास्रोत व्यक्त होत असतो. पक्षपात किंवा पूर्वग्रह सोडून प्रत्येक भावनेला जर व्यक्त होऊ दिले व असेल त्या स्वरूपात स्वीकारल, तरच आपल्याला स्व-शोधनाची संधी मिळेल. आपल्या भावनांची दखल घेऊन त्यातले सत्य स्वीकारले, जशा आहेत तशा भावनांना व्यक्त होण्याची संधी दिली, तर ज्या कारणाने त्या उत्पन्न झाल्या त्या कारणांचा अभ्यास करता येईल. व्यक्तिमत्त्वाचे खोलवरचे पदर उलगडता येतील आणि आपल्या खऱ्या स्वरूपाचे दर्शन घेता येईल.

भावना कोणतीही असो, 'असू दे' असे आपण म्हटले पाहिजे.

नदी जशी कधी कडेकपारीतून, कधी डोंगरकड्यांमधून, कधी निबिड जंगलांमधून तर कधी प्रपातांच्या रूपातून वळणावळणांचा मार्ग अनुक्रमत असते, तशाच भावना आपल्या शरीर-मनातून वाहत असतात. वाहणाऱ्या सर्व प्रदेशांतील अंश आपल्यात साठवून घेत प्रत्येक नदी जशी शेवटी सागराला जाऊन मिळते, तशाच प्रकारे आपल्या भावनांचा स्रोत कधी ना कधी विराट, अमर्याद व बहुआयामी अशा आत्मतत्त्वाच्या महासागरात जाऊन मिळेलच. त्या प्रवासात अनेक अनुभवांश जमा करून तो आत्मसमृद्ध झाला असेल.

सारांश :

- जेव्हा प्रेम हा मूलभूत घटक सर्व भावनांमध्ये थोड्याफार फरकाने आहे, तेव्हा कोणतीच भावना आपण समजतो तशी चांगली किंवा वाईट असू शकत नाही.

- प्रतिक्रिया म्हणजे एखाद्या घटनेला दिलेला प्रतिसाद. त्यातून एक ऊर्जास्रोत सुरू होतो आणि भावनांना जन्म देतो.

- या भावना आपण अनुभवतो.

- आपल्या अंगभूत स्वभावाप्रमाणे भावना आपल्यामधून उत्स्फूर्तपणे वाहत असतात.

- उत्स्फूर्तपणे, चेतनेच्या ऊर्जास्रोतातून व्यक्त होणे हा मानवाचा स्थायी स्वभाव आहे.

- प्रत्येक व्यक्ती एकमेवाद्वितीय असते व आपल्या व्यक्तिगत अनुभवांचा अनोखा रंग या ऊर्जास्रोतात मिसळत असते.

- आपण म्हणजेच आपल्या भावना असतात. त्यांच्याद्वारा आपल्यात ऊर्जास्रोत व्यक्त होत असतो.

- पक्षपात किंवा पूर्वग्रह सोडून प्रत्येक भावना जर उत्पन्न होऊ दिली आणि असेल त्या स्वरूपात स्वीकारली, तरच आपल्याला स्व-संशोधनाची संधी मिळेल.

- सर्व भावनांची दखल घेऊन त्यातले सत्य स्वीकारले, जशा आहेत तशा स्वरूपात व्यक्त होण्याची संधी दिली, तर ज्या कारणाने त्या उत्पन्न झाल्या त्या कारणांचा अभ्यास करता येईल.

- भावना कोणतीही असो, 'असू दे' असे आपण म्हटले पाहिजे.

- आपल्या भावनांचा स्रोत कधी ना कधी विराट, अमर्याद व बहुआयामी अशा आत्मतत्त्वाच्या महासागरात जाऊन मिळेलच. त्या प्रवासात अनेक अनुभवांश जमा करून तो आत्मसमृद्ध झाला असेल.

भावनांचा ट्रिगर

माझ्यामुळे कुणाला लाज वाटावी, त्यांची पंचाईत व्हावी अशा मोजक्या प्रसंगांमधला तो एक प्रसंग होता! माझ्या दोन किशोरवयीन भाच्यांबरोबर मी एक विचित्र सायन्स फिक्शन असलेला चित्रपट बघायला गेलो होतो. (चित्रपट पाहत असतानाही मला त्याचे नाव माहीत नव्हते!) तो म्हणे एक अत्यंत लोकप्रिय सिनेमा होता. त्यामुळे सर्वांची उत्कंठा शिगेला पोचली होती. माझ्या लाडक्या भाचरांबरोबर वेळ घालवावा, त्यांच्या आवडीचा प्रोग्राम ठरवावा अशी माझी अगदी मनापासून इच्छा होती. त्यांना तोच चित्रपट पाहायचा होता आणि मला त्यात जराही रस वाटत नव्हता. मला नकळत डुलकी लागायची आणि माझे मंद स्वरातले घोरणे त्यांच्यापर्यंत पोचले की माझ्या झोपेची त्यांना जाणीव व्हायची. मग दोन्ही बाजूंनी जोरदार ढुशा, कोपरखळ्यांचा माझ्यावर वर्षाव व्हायचा.

कदाचित मी अगदी जुनापुराणा असल्यासारखा बोलत असेन, पण त्या चित्रपटातली कुठलीच गोष्ट मला चित्तवेधक वाटली नाही. कितीही प्रयत्न केले तरी मला त्यात रस निर्माण झाला नाही. याउलट वीस वर्षापूर्वी पाहिलेला एक संगीतप्रधान चित्रपट मला काल पाहिल्यासारखा स्पष्ट आठवतोय. त्याचे निर्माते, नट-नट्या, संगीतकार यांची नावे माझ्या ओठावर आहेत. तो चित्रपट पाहताना झालेला आनंद, तो अनुभव माझ्या मनात अगदी ताजा आहे. मला चित्रपटाच्या दर्जाबद्दल काहीच म्हणायचे नाही. त्या सायन्स फिक्शन चित्रपटाचीही पार्श्वभूमी छान असेल याची मला खात्री आहे. पण शेवटी मला स्वतःला कशात रस आहे, कशाची आवड आहे, हे खरे महत्त्वाचे आहे. रोज दिसणाऱ्या पोस्टमन किंवा दूधवाल्याचा चेहरा पटकन डोळ्यांसमोर येणार नाही

कदाचित, पण काही महिन्यांपूर्वी दुकानात झालेली जिवलग मित्राची अकस्मात भेट मात्र आपल्याला पूर्ण तपशिलानिशी आठवते. जसे मित्रांचे, तसेच शत्रूंच्या बाबतीतही घडते. जे आपल्याला बिलकूल आवडत नाहीत, ते नेहमी नीट लक्षात राहतात. ते कसे असतात यापेक्षा ते आपल्याला कसे वाटतात, हे महत्त्वाचे असते. पसंत असो वा नापसंत; ज्या गोष्टींशी आपला संबंध आलेला असतो त्याने प्रतिक्रिया निर्माण होते. ते तेवढे लक्षात राहते आणि बाकी सगळे धूसर होते, स्मरणात राहत नाही.

एखादी परिस्थिती, घडलेली घटना, भूतकाळातील घटनांमध्ये सहभागी असणारे लोक, किंवा कटू प्रसंगाचा भाग असणाऱ्या व दिलजमाई न झालेल्या व्यक्ती हे सर्व ट्रिगर किंवा प्रोत्साहनाचे काम करतात. कारण त्यांच्यामुळे प्रतिक्रिया निर्माण होते. बाकी इतर गोष्टींना मनाकडून तसा 'थंड' प्रतिसाद दिला जातो. खरे तर न मिटलेला तंटा किंवा न झालेली दिलजमाई स्वतःशी असते. स्वतःच्या आत डोकावून पाहायला, स्वतःचा शोध घ्यायला ती तुम्हाला मदत करत असते.

पोस्टमन पत्र देऊन गेला की त्या क्षणाला तुमचे त्याच्याबरोबरचे काम संपले. जर तुमचे काही वैयक्तिक जिव्हाळ्याचे संबंध त्याच्याबरोबर तयार झाले असतील तर वेगळी गोष्ट, नाहीतर ती देवाणघेवाण किंवा तो संपर्क तिथेच संपतो. दुसऱ्या दिवशी कुणी दुसरा माणूस असेल पत्र देणारा, त्या माणसामुळे तुमच्या मनात काहीच प्रतिक्रिया निर्माण होत नाही. तो तुमच्यामध्ये कोणत्याही भावना निर्माण करत नाही. याउलट काही व्यक्तींचा संपर्क तुम्हाला भावनांच्या हिंदोळ्यावर नेऊन बसवतो, हेलकावे देतो.

कुटुंब, मित्रमंडळी, काम, नोकरीधंदा, पैसा या सर्वांबिरोबरचे आपले नाते हे बरेचदा ट्रिगरचे- खटक्याचे काम करत असतात. आपल्या जीवनाच्या गाभ्यात वसणाऱ्या व्यक्तींशी किंवा विषयांशी संबंध आला की हमखास विविध भावना उत्पन्न होतात. आजूबाजूचे वातावरण, मनाच्या विविध समजुती यानुसार या भावना कधी हव्याशा तर कधी नकोशा असतात. हव्याशा भावनांचे नेहमी स्वागत असते. 'सगळं कसं छान चाललंय' असा संदेश त्यांच्यात असतो. पण या 'नकोशा' भावनांकडे आपण जरा लक्षपूर्वक पाहिले पाहिजे. त्यांना टाळण्याचे

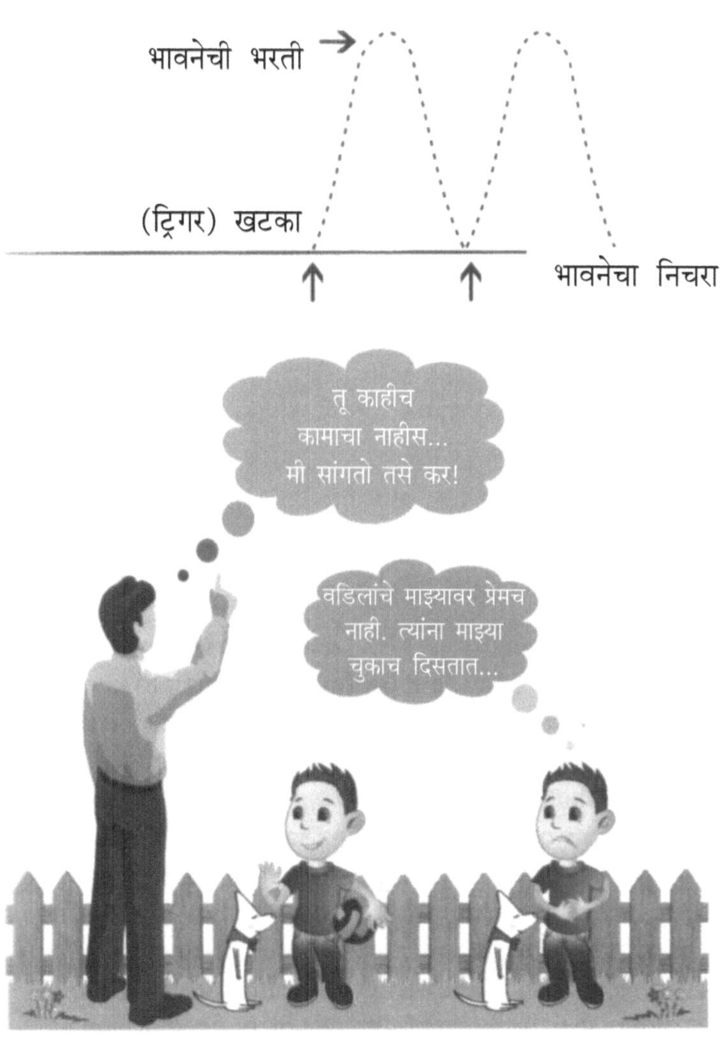

भावनांचे ट्रिगर

विविध मार्ग शोधण्यासाठी नव्हे, तर त्या कशामुळे उत्पन्न झाल्या हे समजून घेण्यासाठी त्यांच्याकडे ध्यान दिले पाहिजे.

जेव्हा एखाद्या व्यक्तीमुळे किंवा प्रसंगामुळे संतापासारख्या भावनांचा

कल्लोळ उत्पन्न होतो, तेव्हा आपल्यामधील ऊर्जा प्रवाही झाली आहे, ही महत्त्वाची गोष्ट आपण लक्षात घेतली पाहिजे. जी ऊर्जा या क्षणी रागाच्या भावनेशी एकरूप झाली आहे, ती ऊर्जा व रागाची भावना आपल्यातच सुप्त स्वरूपात वसत होती हे जाणून घेणे फार आवश्यक आहे. आपल्यामध्ये नेमकी कशाकशाची वस्ती आहे, हे फक्त जाणवून देण्याचे काम एखादी व्यक्ती किंवा घटना करत असते. अशा वेळी ट्रिगरला म्हणजे व्यक्ती किंवा घटनेला महत्त्व न देता, स्वतःवर लक्ष केंद्रित केले पाहिजे. त्या भावनेबरोबर राहिले पाहिजे. तिला ओळखून, स्वीकारून व पूर्णपणे जाणून मोकळे वाहू दिले पाहिजे. भावनेचा वाहून पूर्ण निचरा झाला की मनाची अशी स्थिती येते, जेव्हा स्वतःची खोलवर चाचपणी करून मूळ कारण शोधता येते.

देवाच्या कृपेने आपले भावनांचे ट्रिगर शाबूत आहेत म्हणूनच आपण स्व-शोधनाच्या मार्गावर अनुक्रमण करू शकत आहोत. केवळ माणूस असल्यामुळेच प्रकट झालेल्या आनंद, क्लेश, दुःख यांसारख्या सर्व व्यापक व विविध भावनांना आपण सामोरे जाऊ शकत आहोत. या भावना 'जुन्या मित्रा'सारख्या असल्यामुळेच आपल्या अस्तित्वाची जाणीव करून देत असतात. अनोळखी व्यक्ती स्मरणात राहत नाही, पण जुना मित्र कितीही वर्षांनी भेटला तरी आठवतोच. भूतकाळात माझ्या मनात जर कोणतीही भावना निर्माण झाली नसेल आणि आजपर्यंत खोलवर जर ती तेवत राहिली नसेल तर आज मी त्या व्यक्तीला ओळखणार नाही. आपल्या जुन्या आठवणींना स्मरणात ठेवायला मदत करणारे हे भावनांचे ट्रिगर आपले हितचिंतक आणि मार्गदर्शक असतात असे म्हणता येईल.

सारांश :

- पसंत असो वा नापसंत; ज्या गोष्टींशी आपला संबंध आलेला असतो त्याने ट्रिगर दाबला जातो आणि प्रतिक्रिया निर्माण होते.
- एखादी परिस्थिती, घडलेली घटना, भूतकाळातील घटनांमध्ये सहभागी असणारे लोक किंवा कटू प्रसंगाचा भाग असणाऱ्या व दिलजमाई न झालेल्या व्यक्ती हे सर्व ट्रिगर किंवा खटक्याचे

काम करतात.

- बहुतेक वेळा नातेसंबंध ट्रिगरचे काम करत असतात.
- जेव्हा एखाद्या व्यक्तीमुळे किंवा प्रसंगामुळे भावनांचा कल्लोळ उत्पन्न होतो, तेव्हा आपल्यामधील ऊर्जा प्रवाही झाली आहे ही महत्त्वाची गोष्ट लक्षात ठेवली पाहिजे.
- ही ऊर्जा आपल्यामध्ये सुप्त स्वरूपात वसत होती, हे जाणणे फार आवश्यक आहे.
- आपल्यामध्ये नेमकी कशाकशाची वस्ती आहे हे फक्त जाणवून देण्याचे काम एखादी व्यक्ती किंवा घटना करत असते.
- प्रत्येक भावनेला ओळखा, स्वीकारा व पूर्णपणे जाणून घेऊन तिला मोकळे वाहू द्या. भावनेचा वाहून पूर्ण निचरा झाला की स्वतःची खोलवर चाचपणी करून मूळ कारण शोधण्यासारखी स्थिती निर्माण होईल.
- भावना या 'जुन्या मित्रा'सारख्या असल्यामुळेच आपल्या अस्तित्वाची जाणीव करून देतात.
- आपल्या जुन्या मित्रांना स्मरणात ठेवायला मदत करणारे हे भावनांचे ट्रिगर आपले हितचिंतक आणि मार्गदर्शक असतात, असे म्हणता येईल.

ध्यान - २

आपण आतापर्यंत भावनांच्या संदर्भात ज्या संकल्पनांची चर्चा केली, त्यांचा सराव करण्यासाठी या स्वाध्यायाची आखणी केलेली आहे. तुम्हाला तुमच्या भावनांशी एकरूप होता यावे, त्यांची पारख न करता त्यांना स्वीकारता यावे, तसेच त्यांना जशा आहेत त्या स्वरूपात व्यक्त होऊन अनिर्बंध वाहता यावे, हा यामागचा हेतू आहे. यामुळे दाबून ठेवलेल्या, नाकारलेल्या सर्व भावना मोकळ्या होतील. त्यांच्यामुळे मनावर आलेले ओझे जाईल व तुमच्यातील खरा स्वभाव प्रकट होईल.

पुढील स्वाध्याय करताना पूर्ववाचन करून व मग आठवून त्याप्रमाणे ध्यान (मेडिटेशन) करावे; अथवा एखादा मित्र हे वाचन करत असताना त्याच्याबरोबर ध्यान करता येईल. अजून एक पर्याय म्हणजे स्वतःच्या आवाजात हा स्वाध्याय रेकॉर्ड करून मग ते ऐकतही ध्यान करता येईल.

या स्वाध्यायामधून पूर्णपणे फायदा मिळवायचा असेल तर काही महत्त्वाच्या सूचनांचे लक्षपूर्वक पालन करणे गरजेचे आहे.

- दिवसाची अशी वेळ निवडावी जेव्हा तुम्हाला स्वाध्याय करताना कोणताही व्यत्यय येणार नाही.
- शरीर संपूर्णपणे शिथिल करता येईल असे सैल, आरामदायी व न काचणारे कपडे घालावेत.
- अशी जागा व आसनस्थिती निवडावी जिथे संपूर्णपणे आरामात बसून या स्वाध्यायावर सर्व लक्ष केंद्रित करता येईल.
- शांत वाटेल असे मंद संगीत एकीकडे चालू ठेवावे, म्हणजे आजूबाजूच्या आवाजांनी व्यत्यय येणार नाही.

आता सुरुवात करू या–

आरामदायी स्थितीत बसावे.

डोळे अलगद मिटून घ्यावेत व स्वाध्याय संपेपर्यंत बंदच ठेवावेत.

दोन किंवा तीन श्वास घ्यावेत, नंतर श्वासोच्छ्वास नैसर्गिक गतीने सहजपणे चालू राहू द्यावा.

श्वासाच्या संथ गतीमुळे होणाऱ्या पोटाच्या लयबद्ध हालचालीवर लक्ष केंद्रित करावे.

जसे लक्ष श्वासाच्या लयबद्ध हालचालीवर एकाग्र होत राहील, तसे मन विचलित होणे व मनात विचार येणे कमी होऊन हळूहळू नाहीसे होतील. हे होण्यासाठी पुरेसा वेळ द्यावा, घाई करू नये.

जसजसा विचारांचा वेग संथ होईल, तसतसे शरीराचे शिथिल होणे जाणवेल.

संपूर्ण लक्ष श्वासाकडे असावे. आत येणाऱ्या प्रत्येक श्वासाबरोबर आतपर्यंत शरीर शिथिल होत असेल, ते जाणावे.

ही इच्छा मनात धरूनच श्वासोच्छ्वासाची क्रिया जाणत राहायचे आहे.

तुम्ही ताजी वैश्विक ऊर्जा श्वासाद्वारा आत घेत आहात, थकलेली शिळी ऊर्जा उच्छ्वासावाटे बाहेर टाकली जात आहे.

उगमापासून येणारी ऊर्जा श्वासामार्फत तुम्ही शरीरात घेत आहात, वापरलेली जुनी ऊर्जा उच्छ्वासामार्फत बाहेर टाकत आहात.

एकीकडे श्वासोच्छ्वासाची क्रिया जाणत असताना मनात विचार येऊ दे की, उगमाकडून आलेली ऊर्जा प्रेमाने ओतप्रोत भरलेली आहे. श्वासाच्या मार्गाने हे बिनशर्त प्रेम आणि प्रोत्साहन थेट उगमापासून तुमच्यापर्यंत येत आहे.

ही सुंदर, प्रेममय ऊर्जा तुमच्यापर्यंत पोचलेली जेव्हा तुम्हाला जाणवेल, तेव्हा त्या प्रेम-ऊर्जेचा रंग जाणून घ्या. जो रंग त्या क्षणी तुमच्या मनात येईल तो जाणा. तो कोणताही रंग असू शकतो.

हा रंग ढगासारखा, धुक्यासारखा तुमच्या भोवती पसरतो आहे. प्रेम-ऊर्जेच्या सुंदर धुक्यामध्ये तुम्ही लपेटले गेला आहात.

प्रत्येक येणाऱ्या श्वासाबरोबर हे रंगीत धुके तुमच्यात प्रवेश करत

आहे अशी कल्पना करा किंवा जाणून घ्या. प्रत्येक श्वासाबरोबर हा प्रेमरंग तुमच्या शरीरात खोल खोल उतरतोय; शरीराच्या प्रत्येक भागात, कानाकोपऱ्यात पोहोचतो आहे.

शांत, संथ श्वसन चालू राहू द्या. तुमचे संपूर्ण शरीर डोक्यापासून पायांच्या बोटांपर्यंत प्रेमरंगाने भरून जाऊ द्या. त्यासाठी जेवढा वेळ लागेल तेवढा अवश्य घ्या, घाई करू नका.

हा रंग तुमच्या शरीरात खोल खोल पसरताना कसे वाटते आहे, हे जाणून घ्या. स्वतःला संपूर्णपणे स्वीकारण्याची भावना जाणून घ्या. तुम्ही कोण आहात, कुठे गेला होतात, काय केले होते याला मुळीच महत्त्व नाही. तुमच्यावर प्रचंड व बिनशर्त प्रेम केले जातेय. या प्रेमाची ऊब तुमच्या शरीरभर पसरते आहे, हे जाणून घ्या.

या स्वीकृतीच्या, प्रेममय वातावरणात उगमापासून येणारी ऊर्जा तुम्हाला व्यापून टाकते आहे, तुमच्या रंध्रारंध्रातून भरून वाहते आहे. तुम्ही अगदी सुरक्षित आहात हे जाणा. कोणताही न्यायनिवाडा न करता तुमच्या भावनांना मोकळे होण्याची संधी देण्यासाठी ही वेळ व ठिकाण आता योग्य आहे.

सगळी भीती, दडपणे, अडथळे, बंधने जाणीवपूर्वक काढून टाका आणि सर्व भावनांना मोकळेपणाने व्यक्त होऊ द्या. सोलर प्लेक्ससमधून (छातीच्या फासळ्यांच्या पिंजऱ्याच्या मधल्या हाडाच्या खालचा भाग) त्यांना बाहेर वाहून जाण्याची विनंती करा. तिथून रंगीत बुडबुडे बाहेर पडत आहेत, असे कदाचित दिसेल.

बाहेर येणाऱ्या प्रत्येक बुडबुड्याला त्या क्षणी अंतःप्रेरणेने सुचलेले एक नाव द्यावे.

नंतर साठलेल्या, नाकारलेल्या, विसरलेल्या आणि कुलूपबंद केलेल्या सर्व भावनांची नोंद घ्या आणि त्यांना बिनशर्तपणे स्वीकारा. त्यांना हळूहळू आर्जवून पूर्णपणे व्यक्त व्हायला लावा, बाहेर वाहून जायला लावा.

ज्या भागात या भावना साठल्या होत्या असे तुम्हाला अंतःप्रेरणेने जाणवेल, तिथे प्रेममय ऊर्जाप्रवाहाचा एक लोट वाहतो आहे, अशी कल्पना करा. आधीच्या पहिल्या स्वाध्यायामध्ये शरीराच्या ज्या भागांनी तुमचे लक्ष वेधून घेतले होते, त्याच या जागा असण्याची शक्यता

आहे. त्या स्वाध्यायामध्ये ज्या गोष्टी समजल्या त्याच तुम्हाला या वेळी योग्य मार्ग दाखवणार आहेत.

त्या क्षणीच्या तुमच्या अंतःप्रेरणेवर विश्वास ठेवा व लक्ष केंद्रित करण्यासाठी शरीराचा एक भाग निवडा.

तिथे साठवलेली दुःखद व लाजिरवाणी भावना, जी आतापर्यंत दुर्लक्षित व नाकारलेली होती; तिथे तुमच्या श्वासामार्फत प्रेम व प्रोत्साहनाचा संदेश पाठवा. तुमचा प्रेमयुक्त श्वास त्या गोठलेल्या भावनांपर्यंत पोहोचतो आहे, तिथला कडकपणा, विरोध विरघळतो आहे, असे जाणा. सबुरीने घेत, सतत प्रोत्साहन देत राहिल्यास तिथे साचलेली भावना हळूहळू वितळेल आणि आधीप्रमाणे बुडबुड्यासारखी बाहेर वाहून जाईल. गोठलेल्या ऊर्जेचा कण न् कण बाहेर पडण्यासाठी आवश्यक असेल तितका वेळ ही प्रक्रिया चालू राहू द्या. तशी खात्री झाली की रंगीबेरंगी बुडबुड्यांनी तुम्ही लपेटले गेला आहात, अशी कल्पना करा. त्यात या त्रासदायक व तुमचे लक्ष वेधून घेणाऱ्या भावनेचा एक मोठा बुडबुडा तयार झाला आहे, असे समजा.

या बुडबुड्यांबरोबर एक छान खेळकर नाते निर्माण होऊ दे. ते तुमचे मित्र आहेत. त्यातल्या प्रत्येकाची दखल घ्या आणि त्यांच्याशी खेळा. त्यातल्या प्रत्येकाला मान्यता द्या, स्वीकारा. त्यांनी तुमच्या जीवनानुभवांना विविधता दिली आहे.

आता सावकाश त्या दुर्लक्षित भावनेकडे लक्ष वळवा. तुम्हाला त्या बुडबुड्यात कोणती भावना आहे याची जाणीव आहे व तुम्ही त्याच्याकडे जात आहात, अशी कल्पना करा. तुम्ही हात वर करून तो बुडबुडा फोडताय, असे तुम्हाला दिसते आहे.

त्यातील भावनेने त्या क्षणी तुम्ही चिंब भिजून जाल. त्यात पूर्णपणे बुडून जाल. ती भावना पूर्णपणे अनुभवा. शरीरातल्या कणाकणात त्या भावनेचा अनुभव येऊ दे.

पूर्वी तुम्ही व्यक्त केले नसतील किंवा स्वतःला जाणवू दिले नसतील असे सर्व विचार व आठवणी पुन्हा बाहेर येतील. जाणवणारी वेदना, क्लेश यामुळे नाउमेद होऊ नका. ती वेदना, क्लेश पूर्णपणे अनुभवा. घाबरू नका, त्या भावनेला मोकळे वाहू द्या. साठलेली भावना बंधमुक्त करण्यासाठी हीच वेळ योग्य आहे. आता सगळ्यात

महत्त्वाची गोष्ट करायची आहे.

त्या भावनेबरोबर राहा. शेवटच्या कणापर्यंत सगळी ऊर्जा वाहून जाण्यासाठी जेवढा आवश्यक आहे, तेवढा वेळ घ्या. मग तुम्हाला एक हलकेपणा जाणवेल, मोकळे झाल्यासारखे वाटेल. मोठा बोजा गेल्यामुळे शरीर कसे हलके फुलके होईल. शरीरामधला हा हलकेपणा जाणून घ्या.

जड भावनेने व्यापलेल्या शरीराच्या या जागांमध्ये प्रेमाचे लोट वाहताहेत, असे तुम्हाला जाणवेल. वाहणाऱ्या नव्या ऊर्जेच्या स्रोताची ऊब अनुभवा. (ही भावना जर पूर्ण काढून टाकणे शक्य होत नसेल तर 'पास्ट लाइफ रिग्रेशन थेरपिस्ट'शी संपर्क साधा.)

यानंतर हवे असल्यास तुम्ही शरीराच्या दुसऱ्या एखाद्या भागाकडे लक्ष वळवून हीच सर्व प्रक्रिया टप्प्याटप्प्याने करू शकता. जसे पहिल्या वेळेस केले तसेच क्रमाक्रमाने करायचे आहे.

जर तुम्ही आता थांबायचे ठरवले असेल तर पुन्हा लक्ष अलगद श्वासाकडे घेऊन या. तुम्हाला आता आलेल्या अनुभवाचे सर्व अंग जाणण्यात काही क्षण व्यतीत करा. ती भावना व त्याच्या आत गाडले गेलेले विचार, स्मृती पुन्हा आठवा. कोणते प्रसंग व व्यक्ती तुमच्यात अशा भावना निर्माण करतात हे जाणीवपूर्वक आठवा. या क्षणापासून त्या भावनेमधून तुम्ही पूर्णपणे मुक्त झाला आहात हे समजून घ्या. त्या कारणाने पूर्वीपासून साठलेला भार, ताण तुम्ही पूर्णपणे रिकामा केला आहे.

ही जाणीव, ही समज तुमच्या शरीरात, तिथल्या अणूरेणूपर्यंत जाऊ दे.

चेहऱ्यावर समाधानाचे हास्य विलसत असतानाच सावकाश डोळे उघडा.

मला आज भेटलेला जुना मित्र

...तुमच्या भावनेच्या बुडबुड्याकडून, सप्रेम

भावनांचे बुडबुडे

विभाग तीन
विचारधारा व समजुती

विचारांचा प्रारंभ

एकदा एका मित्राच्या घरी गप्पा मारत बसलो होतो. एकीकडे त्याच्या मुलाबरोबर त्याचे बोलणे सुरू होते. नोव्हेंबरच्या पहिल्या आठवड्यात असलेली शाळेची परीक्षा या विषयाकडे संभाषण वळले. 'गणिताचा पेपर कधी आहे,' असे मित्राने विचारले. गणित हा नावडता विषय असल्याने तोंड वाकडे करत मुलाने सांगितले, 'सहा नोव्हेंबरला.'

अनेक वेगळ्या विषयांवर जाऊन मग संभाषण मुलाच्या वाढदिवसाच्या विषयावर आले. आपल्या खास दिवसाची चर्चा सुरू झाल्यावर त्या छोट्या मुलाचा चेहरा लगेचच उजळला. एकदम आनंदाने व उत्साहाने तो चर्चेत सहभागी झाला. कोणती भेटवस्तू आणायची, वाढदिवस कसा साजरा करायचा यावर बोलणे सुरू झाले. आपल्या मनासारखे करणाऱ्या आई-बाबांवर तो किती खूश होता आणि वाढदिवसाची किती आतुरतेने वाट पाहत होता, हे जाणवत होते. वाढदिवस कधी आहे असे विचारल्यावर अत्यंत आनंदी चेहऱ्याने मुलाने सांगितले, 'सहा नोव्हेंबरला.'

'अरेच्चा, म्हणजे तुझ्या गणिताच्या पेपरच्या दिवशीच की!' असे मी अगदी नैसर्गिक प्रतिक्रियेने बोलून गेलो. त्याचा चेहरा क्षणात उतरला आणि असे बोलल्याबद्दल मी मनातल्या मनात स्वतःला चांगलीच

विचारांचा प्रारंभ

दूषणे दिली. संभाषणाचा ओघ मग दुसऱ्या गोष्टींकडे वळला; पण तो प्रसंग माझ्या मनात घर करून राहिला. त्या वर्षांतला ६ नोव्हेंबर हा दिवस चर्चेत होता आणि त्या छोट्या मुलाच्या मनात किती टोकाच्या दोन भावना निर्माण झाल्या. झाडाखाली ऊन-सावलीचा खेळ चालावा तसा त्या छोट्याच्या चेहऱ्यावर भावनांचा खेळ दिसला मला त्या दिवशी!

त्या एका निरीक्षणाने मला विचारांच्या वेगळ्याच वाटेवर नेले. आपल्या भावकोशामध्ये भावनेच्या अंगापेक्षा एका वेगळ्या सूक्ष्म पातळीवर विचारांचे अंग असते. समोरच्या परिस्थितीला प्रतिसाद देताना आपल्या मनात अजाणता जेव्हा एखाद्या विचाराचा प्रारंभ होतो, तेव्हा इतर समान घटनांशी आपण त्या विचारांमार्फत जोडले जातो. जसे काही आपल्या अस्तित्वाच्या एका सूक्ष्म पातळीवर विचारांच्या जोडणीचे जाळे

विणले जाते आणि अचानक एका विचाराला लांबलचक पूर्वानुभवाचे किंवा इतिहासाचे पाठबळ मिळते. इतिहासाचे पाठबळ मिळाल्याने आपल्यातली ऊर्जा गतिमान होते.

जसे माझ्या मित्राच्या छोट्या मुलाच्या बाबतीत झाले. तो गणिताचा पेपर काही पहिल्यांदा देत नव्हता. तसेच वाढदिवस साजरा करायचीही त्याची ही पहिली वेळ नव्हती. या दोन घटनांच्या बाबतीतला त्याचा जो पूर्वानुभव होता त्याचे क्षणार्धात पाठबळ मिळाल्यामुळे त्याच्यातील ऊर्जा प्रवाही झाली. ती सुरुवातीला एका दिशेने वाहिली आणि नंतर विरुद्ध दिशेने गेली. वेगवेगळ्या विचारांनी वेगवेगळ्या ऊर्जांना जन्म दिल्यामुळे त्या छोट्याच्या चेहऱ्यावर भावनांचा खेळ दिसला.

जो विचार जाणवला आहे त्याच्यापेक्षा सूक्ष्म पातळीवर गणिताच्या पेपरचे पूर्वीचे अनुभव, एकूणच परीक्षा आणि आपल्या आयुष्यातले परीक्षेचे ‘स्थान’ या सर्व पूर्वानुभवांचे एक सूक्ष्म जाळे या ठिकाणी तत्काळ जोडले गेले. या एका विचारावर जर तो जास्त वेळ रेंगाळला, तर ती ऊर्जा इतकी प्रवाही होईल की खूप जोरदार भावना उत्पन्न होतील. मग कधी त्यातून चिंता, काळजी, ताण उत्पन्न होऊन ते क्लेशदायक वाटेल, तर कधी त्यातूनच बळ येऊन यशस्वी होण्याचा निश्चय केला जाईल. ‘प्रेम इंजिन’ किंवा ‘भीती इंजिन’ आपण कसे निवडतो, याचे हे उत्तम उदाहरण आहे. त्या छोट्या मुलाच्या एका विचारामागे पूर्वानुभवाच्या इतिहासाचे किती पाठबळ आहे, यावर त्याच्या भावनांचा जोर ठरणार आहे.

जेव्हा वाढदिवसाची चर्चा सुरू होती, तेव्हा याच पद्धतीने त्या मुलाच्या चेहऱ्यावर खुशीचे-आनंदाचे भाव निर्माण झाले. आपला वाढदिवस म्हणजे एक खुशीचा प्रसंग असा पहिला विचार आधीच्या सर्व वाढदिवसांच्या पूर्वानुभवाचा इतिहास घेऊन आला. जगण्याचा आनंद आणि आयुष्य साजरे करण्याच्या इतर अनेक खुशीच्या प्रसंगांचा पूर्वीचा अनुभवही त्याच्या मागे नकळत जोडला गेला.

या सगळ्यातून एक स्पष्ट होते की, आपल्या भावना आपल्या विचारांवर ठरतात. बऱ्याच वेळा विचाराचा प्रारंभ आपल्या जाणिवेच्या इतक्या सूक्ष्म पातळीवर होतो, की तो ध्यानातच येत नाही. आपल्या भावनांच्या पलीकडे जाऊन क्वचितच आपण स्वतःकडे बघतो आणि

जेव्हा बघतो तेव्हा बहुतेक सर्व भावनांचा न्यायनिवाडा किंवा पारख करून त्यांना नाकारतो.

मला वाटते, आपले शरीर, भावना व विचार यांची तुलना अत्तराच्या बाटलीशी करता येईल. शरीररूपी घन बाटलीमध्ये भावनांचे द्रवरूपी अत्तर असते. पण या अत्तराचा विचाररूपी मंद दरवळ अत्तराची खरी प्रत ठरवतो. मजा म्हणजे तिघांपैकी जे सगळ्यांत सूक्ष्म, मंद ते जास्त परिणामकारक. उदाहरणार्थ, आपण बाटली बदलली, अत्तराचा प्रकार बदलला, रंगीत किंवा पारदर्शक अत्तर घेतले तरी शेवटी त्याच्या सुगंधातूनच त्याची प्रत जोखली जाणार आहे.

आपले विचार भावनांना गतिमान करतात आणि भावना आपल्या शरीरामधून मार्ग काढून व्यक्त होतात.

सारांश :

- आपल्या भावकोशामध्ये भावनेच्या अंगापेक्षा एका वेगळ्या सूक्ष्म पातळीवर विचारांचे अंग असते.
- समोरच्या परिस्थितीला प्रतिसाद देताना आपल्या मनात कधी जाणीवपूर्वक विचार येतो, तर कधी अजाणता.
- प्रत्येक विचाराला पूर्वानुभवाच्या इतिहासाचे पाठबळ मिळते.
- पूर्वीच्या अनुभवाच्या पाठबळामुळे आपल्यातील ऊर्जा गतिमान होते.
- वेगवेगळे विचार आपल्या ऊर्जांना वेगवेगळ्या प्रकारे गतिमान करतात.
- आपल्या भावना आपल्या विचारांवर ठरतात. बऱ्याच वेळा विचाराचा प्रारंभ आपल्या जाणिवेच्या इतक्या सूक्ष्म पातळीवर होतो, की तो ध्यानातच येत नाही.
- आपले विचार भावनांना गतिमान करतात आणि भावना आपल्या शरीरातून मार्ग काढून व्यक्त होतात.

खोलवर रुजलेले समज

सुगंधाचा, सुवासाचा विषय निघाला असताना भारतीय स्वयंपाकघराचा अनुभव आठवला नाही, तर नवलच. प्रत्येक पदार्थात तऱ्हेतऱ्हेचे मसाले घातले जाणे ही भारतीय पाकशैलीची विशेष खासीयत म्हणावी लागेल. रश्शाचा सुगंध, पुलावचा मंद सुवास, वरणाच्या फोडणीचा खास दरवळ हे सर्व नाकाला वेगवेगळे जाणवतात. प्रत्येक पदार्थात, वाटणात कोणते मसाले व सुगंधी पदार्थ किती प्रमाणात घालायचे हे प्रत्येक पाककृतीचे गुपित असते आणि एकाच वेळी तीच सामग्री वापरून तोच पदार्थ दोन वेगळ्या व्यक्तींनी बनवला तरी त्याची चव वेगवेगळी होते. 'चविष्ट' म्हणजे काय याबद्दल प्रत्येकाचे स्वतःचे असे एक मत असते आणि त्यामुळेच 'एकतेतून विविधता' अनुभवायला मिळते.

भारतीय स्वयंपाकघरात काही मसाले अगदी हमखास सापडतात; पण काही मसाल्यांचे पदार्थ मात्र क्वचितच आढळतात. विविध मसाल्यांची सामग्री वापरून सुंदर स्वयंपाक करणाऱ्या माझ्या आजीला जर पाश्चात्त्य स्वयंपाकघरात नेऊन उभे केले तर ती चांगलीच गोंधळून जाईल. तिला कपाटातल्या बाटल्यांमध्ये काय आहे, त्यांचा उपयोग कसा करायचा, हे लक्षात येणार नाही. तिथे तिने स्वयंपाक केला तर काहीतरी वेगळाच पदार्थ तयार होईल.

या चर्चेचा सूर पाककृतीच्या पुस्तकासारखा वाटत असेल, पण जशी प्रत्येक देशाची एक वेगळी पाकशैली असते किंवा प्रत्येक व्यक्तीच्या हाताला एक वेगळी, खास चव असते, तसेच आपले विचार आपल्या मनाच्या स्वयंपाकघरात बनत असतात आणि तेथील खास वैयक्तिक सामग्रीमुळे त्यांना एक वेगळे वैशिष्ट्य प्राप्त होत असते. ही

खास सामग्री म्हणजे आपल्या मनात खोलवर रुजलेले समज.

आपल्या स्वतःच्या जीवनविषयक तत्त्वज्ञानाने हे समज खोलवर रुजतात. त्या समजांच्या आधाराने आपण जीवनातील अनुभवांचा अर्थ लावत असतो, भविष्याची आखणी करत असतो, जीवन आपण कसे समजतो आणि खरोखर जीवन कसे असते, यामध्ये एक धूसर रेषा असते. ती इतकी अस्पष्ट असते की बऱ्याचदा जाणवतच नाही. ज्याला आपण जीवनाचे वास्तव समजतो, ते अनेक वेळा आपले स्वतःचे समज असतात. उदाहरणार्थ—

◆ जगात वाईट गोष्टी भरलेल्या आहेत.

◆ मी काळजी घेतली नाही तर माझी फसवणूक होईल.

◆ जगामधील सर्व साठा मर्यादित आहे व मला हवे ते मी पटकन मिळवले नाही तर मला काहीच मिळणार नाही.

◆ जीवनात चांगल्या गोष्टी सहजासहजी मिळत नाही. त्यासाठी नेहमीच किंमत मोजावी लागते.

काही समज आपल्या शरीराबद्दल आणि स्वतःबद्दल असतात—

◆ शरीर वाईट, पापी आहे.

◆ आत्म्यापेक्षा शरीर कमी महत्त्वाचे आहे.

◆ हे शरीर म्हणजेच मी आहे; त्यामुळे मीही नाशवंत आहे.

◆ मी एकटा आहे.

◆ मी शक्तिहीन आहे.

माझ्या नशिबाच्या प्रभावापुढे मी हतबल आहे, निष्प्रभ आहे.

आपण ज्याला जीवनाचे 'वास्तव' समजतो, ते जर आपण काळजीपूर्वक तपासले तर ते आपले 'समज' आहेत, हे लक्षात येते. जरी आपले जीवन त्यानुसार बेतले जात असले, तरी ते आपले फक्त समज असतात, जे बदलता येतात. भौतिक जगामध्ये मनुष्यप्राण्याच्या जन्माला येऊन अनेक जन्म व्यतीत करत असताना हळूहळू नकळत या 'समजांना' आपण वास्तविकता मानून बसतो. अर्थातच त्यामध्ये काही प्रभावशाली समज नक्कीच असतात, ज्यांच्यामुळे आपल्याला स्वतःच्या खऱ्या स्वरूपाजवळ जाता येते.

आपले पूर्वजन्मीचे अनुभव किंवा धर्म, संस्कृती, जात, चालीरीती, समाज, आपले कुटुंब या सर्व वातावरणाचा आपल्या जन्मावर प्रभाव असतो आणि त्या सर्वांतून आपले समज पक्के होत असतात. जशी स्वयंपाकघरातल्या कपाटातील सामग्रीवर पाकशैली ठरते, तसे आपले विचार मनातील पक्क्या झालेल्या समजांवर ठरतात.

प्रत्येकाचे काही पक्के, गाभ्यात रुजलेले समज असतात. प्रत्येक समजाचे शाखा-उपशाखा असलेले एक कुटुंब असते. असे प्रत्येक व्यक्तीचे आपले स्वतःचे, एकमेव असे समजांचे जाळे असते.

जसा हवेत सुगंध असतो, तसे जाणिवेच्या एका अतिसूक्ष्म व

प्रवाही पातळीवर विचारांचे अस्तित्व असते. आपल्या आजूबाजूच्या हवेत सुगंध असावा, अनेक सुवास एकमेकांत मिसळावेत, तसे एकमेकांत मिसळलेले अनेक विचार आपल्या आजूबाजूला अस्तित्वात असतात. परंतु आपल्या मनातील 'समज यंत्रणा' गाळणीचे काम करत असते. आपल्या समजांच्या अनुसारच विविध विचारांना ती जन्म देत असते. बाकीचे सर्व विचार गाळले जातात व आपल्या अनुभवास येत नाहीत.

आपले जीवनातले अनुभव, मनात येणारे विचार, निर्माण होणाऱ्या भावभावना यांची संपूर्ण आखणी आपल्यातली 'समज यंत्रणा' करत असते. जसे काही आपण जगाकडे एखाद्या रंगीत चश्म्यातून बघत असावे. अशाने सगळे जग आपल्याला रंगीतच दिसेल, नाही का?

आपले खोलवर रुजलेले समज आपले वास्तव ठरवत असतात.

सारांश :

- आपले विचार आपल्या मनाच्या स्वयंपाकघरात बनत असतात आणि त्यातील खास वैयक्तिक सामग्रीमुळे त्यांना एक वेगळी विशेषता प्राप्त होते. ही खास सामग्री म्हणजे आपल्या मनात खोलवर रुजलेले समज.

- खोलवर रुजलेल्या समजांच्या आधारे आपण जीवनातील अनुभवांचा अर्थ लावत असतो.

- जीवन आपण कसे समजतो आणि खरोखर जीवन कसे असते, यामध्ये एक अस्पष्ट, धूसर रेषा असते.

- बऱ्याचदा ज्याला आपण जीवनाचे वास्तव समजतो, ते आपले स्वतःचे जीवनाबद्दलचे समज असतात.

- आपले विचार मनातील पक्क्या झालेल्या समजांवर ठरतात.

- प्रत्येक व्यक्तीचे आपले स्वतःचे, एकमेव असे समजांचे जाळे असते.

- आपल्या मनातील 'समज यंत्रणा' गाळणीचे काम करत असते व आपल्या समजांच्या अनुसारच विविध विचारांना जन्म देत असते.

- आपले खोलवर रुजलेले समज आपले वास्तव ठरवत असतात.

विचार स्वाक्षरी

फिश टँकमधल्या माशांचा संचार व विहार पाहणे, हा वेळ घालवण्याचा एक उत्तम व मनोरंजक उपाय आहे, असे मला वाटते. त्यांची हालचाल पाहताना माझ्या विचारांना चालना मिळते. असे जर कुणी मानवजातीकडे त्रयस्थपणे पाहत असेल तर त्यांनाही तशीच मजा वाटेल का, असा मजेशीर विचार मनात येतो. पृथ्वीरूपी फिशटँकमधले मानव-मासे!

श्वासोच्छ्वासाच्या प्रक्रियेमध्ये सतत तोंडाने पाणी पीत राहणे, विरघळलेला प्राणवायू वापरून परत पाणी बाहेर टाकणे, असे अखंड चालणारे माशांचे क्रियाचक्र मला मोठे चित्तवेधक वाटते. आपण काही या माशांपेक्षा वेगळे नाही. आपण सर्व जण ऊर्जेच्या प्रचंड महासागरात राहतो. आपापल्या पद्धतीने प्रत्येक जण आजूबाजूची ऊर्जा सतत आत घेत असतो, पुन्हा बाहेर टाकत असतो. प्रत्येक व्यक्तीच्या वैयक्तिक ऊर्जाकोशाची सभोवतालच्या वैश्विक ऊर्जेशी अखंड देवाणघेवाण होत असते. आपल्या पाठीच्या मेरुदंडामध्ये काही महत्त्वाच्या ऊर्जाचक्रांची मांडणी असते. काही लहान चक्रे आपल्या भावकोशाचा भाग असतात. या सर्व चक्रांच्या माध्यमातून ऊर्जा आत खेचली जात असते. असा आपण स्वतःचा एक ऊर्जाकोश किंवा भावकोश बनवत असतो.

जशी आपण आजूबाजूची ऊर्जा आत घेत असतो, तशीच भावनांच्या स्वरूपात ही ऊर्जा वैश्विक महासागरात बाहेर टाकत असतो. आपल्या भावकोशातील भावलहरींमुळे ही वैयक्तिक ऊर्जा बाहेर वाहते.

बिनशर्त प्रेमाच्या भक्कम तत्त्वावर आधारित असणाऱ्या दैवी चेतनेमधून सर्व ऊर्जा उत्पन्न होते, हे आपण याआधी पाहिलेच आहे. आपल्या चक्रांमधून आत वाहणाऱ्या ऊर्जेचाही हाच गुणधर्म असतो.

आपले विचार आपल्या भावनांना व वैयक्तिक ऊर्जेला कसे चालना

देतात, हे आपण पाहिले आहे. जेव्हा मनातून एखादा विचार निघतो तेव्हा तो वैयक्तिक ऊर्जाकोशात शिरून आंदोलने निर्माण करतो. त्यातून एक विशिष्ट प्रकारची भावना जन्म घेते व त्या स्वभावगुणाची ऊर्जा मग आपल्यामधून बाहेर वाहते. जसे माशांच्या कल्ल्यांमधून आत जाऊन पुन्हा बाहेर येणाऱ्या पाण्याचे मूळचे गुणधर्म बदललेले असतात, तसेच आपल्यामधून गेल्यामुळे ऊर्जेचे गुणधर्म बदलतात.

आपल्या मनामध्ये जे समज असतात, त्यांच्या दृष्टिकोनातून सर्व विचारांची सतत तपासणी किंवा पर्यवेक्षण होत असते. खरे तर अनंत काळापासून उत्पन्न झालेले जे काही विचार आहेत, ते आपल्या प्रत्येकासाठी उपलब्ध असतात; पण त्यांना आपल्या वैयक्तिक समजांची चाळणी लागते. समजांशी एकात्मता न पावणारे सर्व विचार गाळले जातात आणि समजांना पुष्टी देणाऱ्या विचारांनाच मनात येण्यासाठी परवानगी दिली जाते. प्रत्येक चेतवणाऱ्या घटनेमध्ये अशी 'चाळणीयुक्त परवानगी' कार्यान्वित होत असते आणि म्हणूनच अनेक विचारांपैकी एखादाच विचार मनात प्रवेश करू शकतो.

एखादा विचार जन्माला आला की कोणत्या भावना निर्माण होतील, हे त्याच्या तरंगाच्या किंवा लहरींच्या गतीवर ठरते. प्रत्येक विचाराची एखाद्या स्वाक्षरीसारखी वेगळी तरंगलांबी (वेव्हलेंथ) असते. ऊर्जा स्वतः तटस्थ असल्याने, विचारांमुळे उत्पन्न झालेल्या तरंगाच्या पॅटर्नमध्ये हलू लागते. प्रत्येक विचाराचा कालावधी व तीव्रतेनुसार ऊर्जेमध्ये हलकासा तरंग किंवा जोरकस प्रवाह आपल्या वैयक्तिक ऊर्जाकोशात निर्माण होतो व आपल्याला तो भावनांच्या स्वरूपात जाणवतो. विचाराच्या तीव्रतेच्या प्रमाणावर भावनेची तीव्रता ठरते.

दिवसभरात आपण एकाच प्रकारचा विचार किती वेळा करतो, किती प्रकारचे विचार आपल्या मनात डोकावतात व विचारांचा साधारण गुणधर्म काय असतो, या सर्वांच्या एकत्रित परिणामाने ऊर्जेची हालचाल ठरते. वैयक्तिक भावकोशातील ऊर्जा त्यानुसार गतिमान होते आणि आपल्या स्वतःच्या भावनांवर त्याप्रमाणे परिणाम होतो. जेव्हा आपल्या विचारांमध्ये एक निश्चित पॅटर्न तयार होतो, तेव्हा हळूहळू त्यांचा प्रभाव पडून ऊर्जप्रवाह आपल्या वैयक्तिक ऊर्जाकोशाच्या कक्षा ओलांडून आपली बेडरूम, घर, कामाचे ठिकाण अशा जागी पसरू लागतो. मग

आपण नेहमी ज्या ठिकाणी वावरतो, वेळ घालवतो, त्या प्रत्येक ठिकाणी आपल्या चांगल्या, वाईट किंवा तटस्थ विचारांचा प्रभाव सतत पडत राहतो. मासे तंदुरुस्त राहण्यासाठी त्यांच्या टॅंकमधले पाणी नियमितपणे बदलावे लागते, हे आपण जाणतो. तसे न केल्यास माशांनी बाहेर टाकलेल्या कार्बन-डाय-ऑक्साईडची पाण्यातील पातळी

वाढते, मासे खूप आजारी पडतात किंवा मरतातही. म्हणजे जीवन देणारे पाणी जर नियमितपणे बदलले गेले नाही, तर ते माशांच्या मृत्यूला कारणीभूत होऊ शकते.

सारांश :

- आपण सर्व जण ऊर्जेच्या प्रचंड महासागरात राहतो.
- जशी आपण आजूबाजूची ऊर्जा आत घेत असतो, तशीच भावनांच्या स्वरूपात ही ऊर्जा वैश्विक महासागरात बाहेर टाकत असतो. आपल्या भावकोशातल्या भावनांच्या लहरींमुळे ही वैयक्तिक ऊर्जा बाहेर वाहते.
- केवळ आपल्यामधून प्रवास केल्यामुळे बाहेर पडणाऱ्या ऊर्जेचे गुणधर्म बदलले जातात.
- एखाद्या विचारामुळे कोणत्या भावना निर्माण होतील, हे त्याच्या तरंगलहरींच्या गतीवर ठरते.
- प्रत्येक विचाराची एखाद्या स्वाक्षरीसारखी एक विशिष्ट तरंगलांबी (वेव्हलेंथ) असते.
- प्रत्येक विचाराचा कालावधी व तीव्रतेनुसार हलकासा तरंग किंवा जोरकस प्रवाह आपल्या वैयक्तिक ऊर्जाकोशात निर्माण होतो व आपल्याला तो भावनांच्या स्वरूपात जाणवतो.
- विचारांच्या साधारण गुणधर्माप्रमाणे ऊर्जेची हालचाल होऊन वैयक्तिक भावकोशातील ऊर्जा गतिमान होते आणि आपल्या स्वतःच्या भावनांवर त्याप्रमाणे परिणाम होतो.
- जेव्हा आपल्या विचारांमध्ये एक निश्चित पॅटर्न तयार होतो, तेव्हा हळूहळू त्यांचा प्रभाव आपल्या वैयक्तिक भावकोशातील ऊर्जाप्रवाहावर होऊ लागतो.
- आपण नेहमी जिथे वावरतो त्या प्रत्येक ठिकाणी आपल्या विचारांचा प्रभाव पडू लागतो.

स्वास्थ्याचा होलोग्राम

आतापर्यंत आपण आपल्या भावना, विचार व त्यांच्यातील परस्पर संबंध यांच्याबद्दल बरीच माहिती करून घेतली. आपल्या भौतिक शरीरामध्ये या दोन्ही गोष्टींचे एकत्रीकरण कसे होते, हे आता जाणून घेऊ या. आपले शरीर म्हणजे आतील अतिसूक्ष्म घडामोडींचा चेहरा असतो, असे म्हणता येईल. पडद्यामागे चालू असणाऱ्या विचार व भावनांच्या खाणाखुणांच्या अनुसार आपले शरीर जीवनाच्या रंगमंचावर सतत अभिनय करत असते. त्यामुळे अभिनयाचे बरेचसे श्रेय किंवा टीका रंगमंचामागील घडामोडींना जाते.

कॉलेजमधल्या स्पर्धेसाठी मी एकदा नाटकात काम केले होते, त्याची एक मजेशीर आठवण आहे. खून खटल्याची कहाणी असलेल्या नाटकात मी पोलिसाचे काम करत होतो. स्पर्धेचा दिवस जसा जवळ येत गेला, तसा दिवसरात्र सराव सुरू झाला होता. नाटक मोठे, पाच अंकी असल्यामुळे प्रत्येकाला लांबलचक संवाद पाठ करायला लागत होते. मी सुरुवातीला फक्त रंगभूषा व कपडेपट सांभाळत होतो. परंतु स्पर्धेच्या काही दिवस आधी एक प्रमुख पात्र नेमके आजारी पडले आणि पोलिसाची भूमिका मला देण्यात आली.

आंतरमहाविद्यालयीन स्पर्धा असल्याने कॉलेजच्या 'इज्जतीचा सवाल' होता. मी अचानक आलेल्या जबाबदारीमुळे चांगलाच तणावाखाली होतो. शेवटी स्पर्धेचा दिवस उजाडला. आमच्या नाटकाची वेळ येऊन ठेपली. मला भीतीने कापरे भरायला लागले होते. मी स्वतःला कसाबसा सांभाळत रंगमंचावर प्रवेश करण्याच्या तयारीत होतो. निदान माझी 'एन्ट्री' होईपर्यंत मनावर कसाबसा ताबा ठेवत होतो. पण कसचे काय! मी प्रवेश केला, सर्व प्रेक्षकांची माझ्यावर खिळलेली नजर पाहिली

विचार निर्माण करतो - स्वास्थ्याचा होलोग्राम

आणि भीतीने अक्षरशः गोठून गेलो. एकही शब्द तोंडातून फुटेना. पहिले, दुसरे कोणतेच वाक्य आठवेना.

यातून कुणीतरी मला सोडवावे म्हणून मी अगतिकपणे विंगेकडे कटाक्ष टाकू लागलो. पडद्याआडून प्रॉम्प्टरने एखादा क्लू द्यावा म्हणून देवाची प्रार्थना करू लागलो आणि तेवढ्यात एक वाक्य कुणीतरी प्रॉम्प्ट केले. मी कसाबसा धीर गोळा केला आणि काही झालेच नाही अशा थाटात वाक्य टाकले. 'हलू नकोस, नाहीतर गोळी घालीन.' माझ्या तोंडून हे शब्द बाहेर पडले आणि माझी घोडचूक माझ्या ध्यानात आली. समोर गोळी लागून रक्ताच्या थारोळ्यात तडफडत पडलेल्या

माणसाकडे बघून मी हे वाक्य उच्चारले होते. बंदुकीचा आवाज ऐकूनच मी पोलिस म्हणून प्रवेश केला आहे, हे मी साफ विसरलो होतो.

किशोरवयीन मुलांनी तुडुंब भरलेल्या प्रेक्षागृहात एकच हशा पिकला. अशी हसायची संधी दवडतील ती मुले कसली. त्या माझ्या मूर्खपणाने माझा खूप पाठलाग केला. मी कधीही व कुठेही कॉलेजमध्ये दिसलो, तरी 'हलू नकोस, नाहीतर गोळी घालीन' हे वाक्य मला ऐकू जाईल, असे म्हटले जाई! ही प्रॉम्प्टरची चूक होती. त्याने दोन पाने गाळून कोणती तरी भलतीच ओळ प्रॉम्प्ट केली होती, हे कुणाच्या खिजगणतीतही नव्हते.

जसे अनेक मजेशीर अनुभव आपल्या विद्यार्थी जीवनात रंग भरत असतात, तसेच आपल्या जीवनाच्या रंगमंचावरही असा मूर्खपणा अनेकदा आपल्या हातून घडतो आणि नको त्या प्रसंगाला आपणास सामोरे जावे लागते. मागे वळून पाहताना जीवनातले बहुतांश अनुभव मजेशीर वाटले तरी काही चुका टाळता आल्या असत्या तर बरे झाले असते, असे वाटतेच.

तसे पाहायला गेले तर जीवनातल्या चुका, कटू अनुभव पूर्णपणे टाळता येण्यासारखे असतात. शरीराच्या होलोग्रामच्या तत्त्वाचे नीट आकलन झाल्यास ते कसे साध्य करायचे हे नीट समजते. फक्त आध्यात्मिकच नव्हे, तर शास्त्रीय दृष्टिकोनातूनही असे सिद्ध झाले आहे की मानवी शरीर होलोग्रामच्या तत्त्वावर चालते. शरीरामध्ये डोळ्यापासून ते सूक्ष्म पेशीपर्यंतचा प्रत्येक अवयव होलोग्राफिक फिल्मच्या तत्त्वावर काम करतो. संपूर्ण विश्वाची सत्य माहिती आपल्या कणाकणात साठलेली असते.

दैवी चेतनेपासून बनलेल्या होलोग्राफिक फिल्मच्या मूळ प्रतीमध्ये आपले जग, ग्रह, सर्व विश्व, अवकाश यातील सर्व ज्ञात व अज्ञात माहिती पूर्णांशाने सामावलेली आहे. आपल्या विश्वातल्या सर्व संभाव्य शक्यतांची संपूर्ण माहिती त्यात पूर्णपणे सामावलेली आहे. त्यामुळे फिल्मचे अगणित अंशात विभाजन झालेले आहे आणि आपल्या शरीरातल्या प्रत्येक पेशीपर्यंत त्या मूळ प्रतीचा अंश वसतो आहे.

याचा लक्षणीय अनुभव जेव्हा आपल्या स्वतःला येतो, तेव्हा सर्व अजून स्पष्ट होत जाते. आपल्यामध्ये साठवलेल्या अनेक शक्यतांपैकी

माझे विचार मी निवडतो

एक शक्यता जीवनात एखाद्या प्रसंगाच्या रूपाने प्रक्षेपित केली जाते व अनुभवास येते. आपला सध्याचा अनुभव जरी अनारोग्याचा, शारीरिक कमजोरीचा, मानसिक असंतुलनाचा, निर्दय व निष्काळजी जगात

राहण्याचा असला तरी, अनेक शक्यतांमधली ती एक शक्यता असेल. पण त्याबरोबर इतरही अनेक संभाव्य शक्यता त्यात सामावलेल्या असतील. जरी या क्षणी आयुष्याच्या एका होलोग्रामला आपण सामोरे जात असलो तरी, त्यामध्येच संपूर्ण आरोग्य, आत्मसंतुलनाची शक्यतासुद्धा निद्रिस्त स्वरूपात वसते आहे, हे लक्षात ठेवले पाहिजे.

भौतिक जगातल्या होलोग्राफिक फिल्मच्या बाबतीमध्ये लेसरच्या तिसऱ्या किरणाचा कोन सर्वांत महत्त्वाचा असतो. त्यानुसार सर्व प्रतिमा फिल्मच्या छोट्या तुकड्यावर एकत्र येतात. तसेच शरीराच्या होलोग्रामच्या बाबतीत एक बदलणारा तिसरा घटक असतो- ज्याच्यावर जीवनामधील अनुभव ठरतात- तो म्हणजे मनातला विचार!

विचार लाटेसारखे असतात. सहीसारखी अनोखी व एकमेव अशी त्यांची वेव्हलेंग्थ असते. मनात जन्मलेला प्रत्येक विचार मेंदूमधल्या वैश्विक होलोग्राफिक फिल्मवर प्रक्षेपित होतो व 'वास्तविकतेची' एक प्रतिमा बनवतो. जसे विचार बदलतात तसे 'वास्तविकतेचे' होलोग्रामही बदलतात.

पुन्हा पहिल्यापासून विचार केला तर असे लक्षात येईल की, स्वास्थ्याच्या किंवा अस्वास्थ्याच्याही अवस्थेत आपले शरीर हे रंगमंचावरील नटासारखे असते. दिलेल्या भूमिकेला अनुरूप असा पोशाख करून ते रंगमंचावरची भूमिका वठवत असते. शरीर म्हणजे आपणच निर्माण केलेला होलोग्राम असतो. विचार आपल्या शरीराला विशिष्ट भूमिका जगण्यासाठी 'प्रॉम्प्टिंग' करत असतात. पण कधीकधी माझ्या नाटकासारखे होते. प्रॉम्प्टर चूक करतो; पण त्याचा भुर्दंड मात्र अभिनेत्याला पडतो.

अशा चुका टाळण्याचा निर्णय घेणे हे सर्वस्वी आपल्या हातात आहे. आपण स्वास्थ्यपूर्ण विचारांची निवड करून त्यावर लक्ष केंद्रित करू शकतो आणि स्वास्थ्य-होलोग्रामचा अनुभव घेऊ शकतो.

सारांश :

- आपले शरीर म्हणजे आतल्या अतिसूक्ष्म घडामोडींचा चेहरा असतो, असे म्हणता येईल.

- पडद्यामागे चालू असणाऱ्या विचार व भावनांच्या खाणाखुणांच्या अनुसार आपले शरीर सतत जीवनाच्या रंगमंचावर अभिनय

करत असते.

- दैवी चेतनेपासून बनलेल्या होलोग्राफिक फिल्मच्या मूळ प्रतीमध्ये आपले जग, ग्रह, सर्व विश्व, अवकाश यांतील सर्व ज्ञात व अज्ञात माहिती पूर्णांशाने सामावलेली असते.
- आपल्यामध्ये साठवलेल्या अनेक शक्यतांपैकी एक शक्यता जीवनात एखाद्या प्रसंगाच्या रूपाने प्रक्षेपित केली जाते व अनुभवास येते.
- आपल्या शरीरामध्ये संपूर्ण आरोग्य, आत्मसंतुलनाची शक्यतासुद्धा निद्रिस्त स्वरूपात वसते आहे, हे लक्षात ठेवले पाहिजे.
- शरीराच्या होलोग्रामच्या बाबतीत एक बदलणारा तिसरा घटक असतो- ज्याच्यावर जीवनामधील अनुभव ठरतात- तो म्हणजे मनातला विचार!
- मनात जन्मलेला प्रत्येक विचार मेंदूमधल्या वैश्विक होलोग्राफिक फिल्मवर प्रक्षेपित होतो व ‘वास्तविकतेची’ एक प्रतिमा बनवतो.
- जसे विचार बदलतात तसे ‘वास्तविकतेचे’ होलोग्रामही बदलतात.
- आपले शरीर हा आपणच निर्माण केलेला होलोग्राम असतो. विचार आपल्या शरीराला विशिष्ट भूमिका जगण्यासाठी प्रॉम्प्टिंग करत असतात.
- आपण स्वास्थ्यपूर्ण विचारांची निवड करून त्यावर लक्ष केंद्रित करू शकतो आणि स्वास्थ्य-होलोग्रामचा अनुभव घेऊ शकतो.

ध्यान - ३

आपले विचार व समजुती याबद्दलच्या काही संकल्पना प्रत्यक्ष कृतीत आणण्यासाठी या स्वाध्यायाचे प्रयोजन केले आहे. आपल्या खोलवर रुजलेल्या समजांची सांगड आयुष्यात येणाऱ्या काही अनुभवांशी घालणे, हा यामागचा उद्देश आहे. हे करत असताना आपण सध्या कोणत्या 'समजां'च्या आधारे दैनंदिन जीवन जगतो आहोत, ते तपासून पाहणार आहोत. जर काही बंधनकारक 'समज' खोलवर रुजलेले असतील, तर ते याच्या साहाय्याने ओळखून त्यांना शक्तिशाली व प्रोत्साहन देणाऱ्या समजांमध्ये बदलवणार आहोत.

पुढील स्वाध्याय करताना पूर्ववाचन करून व मग आठवून त्याप्रमाणे ध्यान (मेडिटेशन) करावे अथवा एखादा मित्र हे वाचन करत असताना त्याच्याबरोबर ध्यान करता येईल. अजून एक पर्याय म्हणजे, स्वतःच्या आवाजात हा स्वाध्याय रेकॉर्ड करून मग ते ऐकतही ध्यान करता येईल.

या स्वाध्यायामधून पूर्णपणे फायदा मिळवायचा असेल तर काही महत्त्वाच्या सूचनांचे लक्षपूर्वक पालन करणे गरजेचे आहे.

- दिवसाची अशी वेळ निवडावी जेव्हा तुम्हाला स्वाध्याय करताना कोणताही व्यत्यय येणार नाही.
- शरीर संपूर्णपणे शिथिल करता येईल असे सैल, आरामदायी व न काचणारे कपडे घालावेत.
- अशी जागा व आसनस्थिती निवडावी, जिथे संपूर्णपणे आरामात बसून या स्वाध्यायावर सर्व लक्ष केंद्रित करता येईल.
- शांत वाटेल असे मंद संगीत एकीकडे चालू ठेवावे म्हणजे आजूबाजूच्या आवाजांनी व्यत्यय येणार नाही.

आता सुरुवात करू या–

आरामदायी स्थितीत बसावे.

डोळे अलगद मिटून घ्यावेत व स्वाध्याय संपेपर्यंत बंदच ठेवावेत.

दोन किंवा तीन श्वास घ्यावेत. नंतर श्वासोच्छ्वास नैसर्गिक गतीने सहजपणे चालू राहू द्यावा.

श्वासाच्या संथ गतीमुळे होणाऱ्या पोटाच्या लयबद्ध हालचालीवर लक्ष केंद्रित करावे.

जसजसे लक्ष श्वासाच्या लयबद्ध हालचालीवर एकाग्र होत राहील, तसतसे मन विचलित होणे व विचार येणे कमी होऊन हळूहळू नाहीसे होतील. हे होण्यासाठी पुरेसा वेळ द्यावा; घाई करू नये.

जसा विचारांचा वेग संथ होईल, तसे शरीराचे शिथिल होणे जाणवेल.

संपूर्ण लक्ष श्वासाकडे असावे. आत येणाऱ्या प्रत्येक श्वासाबरोबर आतपर्यंत शरीर शिथिल होत असेल, ते जाणावे.

जाणीवपूर्वक श्वसनाची क्रिया चालू असू द्या. तुम्ही खोलवर शिथिलीकरण करत आहात, संपूर्ण शरीर शिथिल होते आहे, हे जाणा.

तुमच्या शरीराला सांगा की तुम्ही स्वतःमध्ये एका खोलवरच्या प्रवासाला सुरुवात करणार आहात. शरीराला पूर्ण शिथिल होण्याचा आदेश द्या. तुमच्या शरीराचा एखादा भाग किंवा अवयव तणावाखाली असेल, शिथिल होत नसेल तर तुमचा श्वास जाणीवपूर्वक त्या भागाकडे न्या.

प्रत्येक श्वास आत येताना ताजी वैश्विक ऊर्जा आत येत आहे.

प्रत्येक श्वास बाहेर टाकताना शिळी ऊर्जा बाहेर टाकली जात आहे.

आवश्यक तितका वेळ घ्या. तुमच्या शरीरातील प्रत्येक भाग पूर्णपणे शिथिल होईपर्यंत श्वासावर लक्ष केंद्रित करत राहा. अशा अवस्थेमध्ये तुम्ही वैश्विक ऊर्जाप्रवाहाचे एक केंद्र बनाल. प्रत्येक श्वासोच्छ्वासाबरोबर ताजी वैश्विक ऊर्जा तुमच्या शरीरातून अडथळ्याशिवाय मोकळी वाहू लागेल.

याआधी पद्धतशीरपणे केलेली शरीराची शोधयात्रा आठवा. खोलवर शरीराच्या काही भागात गाडल्या गेलेल्या काही भावनांपर्यंत शरीराच्या माध्यमातून पोचण्याचा प्रयत्न करा. ती भावना पूर्णपणे व्यक्त झाली की तिची नोंद घ्या व तिला बाहेर वाहून जायला सांगा.

या प्रक्रियेमध्ये व्यक्त झालेल्या अनेक त्रासदायक भावनांपैकी एका भावनेकडे अलगद लक्ष द्या. उत्स्फूर्तपणे जिकडे प्रथम लक्ष जाईल तिकडे लक्ष द्या.

ज्या विचारांमुळे ती भावना चेतवली गेली, ते विचार मनात आणा. कोणती 'कळ' दाबली जाऊन ही भावना उमटली ते आठवा.

परत त्या भावनेचे रेंगाळलेले अवशेष तुम्हाला जाणवले तर स्वतःला रोखू नका. त्या माध्यमातून भावनांच्या मागच्या विचारापर्यंत पोचण्याचा प्रयत्न करा.

या क्षणी स्वतःला स्वतःचा डॉक्टर समजा, चिकित्सकपणे स्वतःकडे पाहणारा डॉक्टर, भावना व विचार प्रक्रियेचे मूळ कारण शोधून ते बरे करणारा डॉक्टर, कोणत्या विचारातून या भावनांचा उगम झाला हे सर्व

चिकित्सेतून लक्षात येईल. आपण पुन्हा संतापाचे उदाहरण घेऊ. 'नियंत्रण राहिले नाही' या विचाराने बऱ्याचदा राग उत्पन्न होतो. मग ते नियंत्रण परिस्थितीवरचे असो किंवा लोकांवरचे असो. कधी चांगल्या उद्देशाने केलेली कृती वाईट ठरल्याने संताप येतो, तर कधी स्वतःबद्दल कमीपणाची भावना वाटून संताप येतो.

पक्षपात न करता पूर्वग्रह बाजूला ठेवून त्या क्षणी जाणवणाऱ्या प्रत्येक विचाराची नोंद घ्या. कोणताही विचार नाकारू नका. सगळे विचार स्वीकारा. या विचारांबरोबरच अनेक प्रसंगही मनात घोळतील. त्या सर्वांकडे जाणीवपूर्वक लक्ष द्या.

विविध प्रसंगांच्या चेतावणींमधून निर्माण झालेले सर्व विचार व भावना जाणून घेण्यासाठी जेवढी गरज वाटेल तेवढा वेळ द्या.

आता चेतनेच्या, जाणिवेच्या खोल पातळीवर जाऊन विचारांच्या मुळाशी जाण्यासाठी तयार व्हा. तुमच्या विचारांच्या निर्मितिस्थानापर्यंत म्हणजे मनाच्या अवकाशापर्यंत पोचा.

तुमच्या इच्छेप्रमाणे सहज तुम्ही त्या अवकाशापर्यंत पोचाल. हे मनाचे अवकाश म्हणजे एक सुंदर बाग आहे, अशी कल्पना करा. बागेची जी पहिली प्रतिमा मनात येईल, तिथे न कचरता पोचा.

या बागेत तुम्हाला हवा तसा विहार करा. फिरताना तुमच्या अंतःचेतनेच्या बागेत तुम्ही हिंडत आहात, हे ध्यानात असू द्या. ती बाग नीट राखली गेली आहे की तिला निगराणीची गरज आहे, ते पाहा. ती बाग पुरेशी मोठी, प्रशस्त आहे की तिला अजून विस्तारता येईल, ही नैसर्गिक बाग आहे की माळ्याने मुद्दाम बनवलेली आहे, हे जाणून घ्या.

तुमची सर्व निरीक्षणे नीट ध्यानात ठेवा. या बागेतील प्रत्येक गोष्ट तुमच्या मनातील विचार व तुमची वास्तविकतेची कल्पना यांचे प्रतीक आहे, हे ध्यानात घ्या. बागेतील नीट निगराणी राखलेला भाग म्हणजे तुमच्या मनातील अशा काही जागा असतील, जिथे तुम्ही नियमितपणे जाता, त्या जागेच्या सतत संपर्कात राहता. तिथली बहरलेली फुलझाडे म्हणजे प्रेमाच्या, एकजुटीच्या व संपन्नतेच्या सुपीक मातीत उगवलेले तुमचे सुंदर विचार आहेत.

या जागा जाणीवपूर्वक पाहा. त्यांच्या सौंदर्याचा उपभोग घ्या. तुमच्या मनाच्या बगिच्यात इतकी सुंदर जागा निर्माण केल्याचा सार्थ

अभिमान तुम्हाला वाटू दे.

समाधान झाल्यानंतर पुढे जा. तुम्ही लक्ष देण्याची गरज आहे, अशा जागांकडे जा. त्या जागी मरायला टेकलेली, कोमेजलेली झाडे आहेत, काट्याकुट्यांनी भरलेले गवत आहे, अशी कल्पना करा.

पूर्वी कदाचित बागेचा हा भागही सुंदर असेल. पुन्हा तो बहरलेला होऊ शकतो. पण आता मात्र तो अगदीच निस्तेज, ओसाड झाला आहे.

या जागेचा तुम्ही आढावा घेताना कदाचित उत्स्फूर्तपणे तुम्हाला एखादे काटेरी झुडूप आढळेल, ज्याचे काही विचारांशी साम्य असेल. अशा विचारांकडे नीट लक्ष देण्याची तुम्हाला इच्छा आहे. टोचणाऱ्या काटेरी विचारांचे हे झुडूप बनले आहे अशी कल्पना करा. या झुडपाच्या मुळाशी तुम्हाला जखडून बांधून टाकणारे काही मूळ समज असतील.

जवळचे एखादे खुरपे घेऊन या झुडपाजवळ जा आणि मनाच्या सुंदर बागेतले नको असणारे काटेरी झुडूप मुळापासून उपटून टाका. ते मुळासकट उखडले की कोणत्या मूळ समजामुळे ते काटेरी झुडूप वाढले, हे तुम्हाला ताबडतोब लक्षात येईल. या ठिकाणी संतापाच्या उदाहरणातील 'मी असहाय आहे', 'मी शक्तिहीन आहे', 'बदलता न येणाऱ्या नियतीच्या हातातील मी बाहुले आहे', 'चांगले आयुष्य वाट्याला यावे अशी माझी लायकीच नाही' असा एखादा समज असू शकतो.

त्या झुडपाच्या आजूबाजूची जमीन खुरपून घ्या. झुडूप मुळापासून उपटले गेले आहे याची खात्री करून घ्या. हे करत असताना 'तो समज' मनाच्या अवकाशातून मुळापासून काढून टाकत असल्याची जाणीव ठेवा.

तो समज, त्याच्याबरोबर येणारे विचार व त्यातून निघणाऱ्या भावना यांना या क्षणापासून तुमच्या जीवनात काहीही स्थान नाही, हे जाणून घ्या. त्याबरोबरच्या सर्व आठवणी, घटना, प्रसंग हळूहळू धूसर होत विरून जात आहेत, असे जाणत राहा.

आता तयार झालेल्या मोकळ्या जागी एखाद्या सामर्थ्यशाली विचारांचे बी पेरा. तुम्हाला मनाच्या बागेत लावायचा, वाढवायचा आहे असा तो विचार असावा. या नव्या विचाराने तुमच्या आयुष्यात काही नवे प्रसंग येणार आहेत, असे डोळ्यांसमोर आणा. त्यामुळे तुमची

'वस्तुस्थिती' बदलत असल्याचे दृश्य पाहा.

तुम्ही स्वतः जबाबदारी घेऊन हा बदल घडवून आणला आहे, हे समजून घ्या. फक्त तुम्ही एकटेच या बगिच्यात प्रवेश करू शकता. बागेची निगराणी, मशागत उत्तम प्रकारे करू शकता. इथे काय लावायचे, काय वाढू द्यायचे हे ठरवणे फक्त तुमच्या हातात आहे. तुमच्या वास्तविकतेचे, वस्तुस्थितीचे निर्माते तुम्ही स्वतः आहात.

जशी या गोष्टीची जाणीव मनात उमलत जात आहे, तसे आत्ता लावलेल्या बियांना अंकुर फुटत आहेत, ते झपाट्याने वाढत आहेत आणि आता त्या ठिकाणी फुलांचा सुंदर ताटवा तयार झाला आहे, अशी कल्पना करा. तुमच्या आयुष्यातही असाच झपाट्याने बदल घडणार आहे.

पुन्हा एकदा बागेवरून नजर फिरवा. आजूबाजूच्या इतर झाडांकडे, तण, काटेरी झुडपांकडे पाहा आणि पुढच्या वेळी कुणाकडे जास्त लक्ष देण्याची गरज आहे, याची स्वतःच्या मनाशी नोंद करा.

हातातले काम छान पार पाडल्याचे समाधान जाणवू द्या आणि मग हळूहळू मनातल्या बागेतून सावकाश बाहेर या आणि लक्ष सावकाश आपल्या श्वासाकडे न्या.

या क्षणी तुम्हाला अजून एखादी भावना निवडून त्यावर काम करता येईल. तसे करायचे असल्यास या स्वाध्यायातील सर्व टप्पे, प्रक्रिया पुन्हा पहिल्यापासून सुरू करा.

जर तुम्हाला आता स्वाध्याय संपवायचा असेल तर नुकत्याच घेतलेल्या अनुभवाचा एकदा आढावा घ्या. कोणता 'मूळ समज' तुम्ही शोधलात व त्याचे समूळ उच्चाटन केलेत त्याची पुन्हा जाणीवपूर्वक नोंद घ्या. कोणता 'नवा समज' तुम्ही मनात पेरला आहे व रुजवला आहे, ते पण आठवा.

आता सावकाश पुन्हा तुमचे शरीर, तुमच्या आजूबाजूच्या गोष्टी यांचे भान येऊ द्या. भानावर येऊन सावकाश डोळे उघडा.

मनाच्या बागेतली माझी भेट :

...फुलांच्या ताटव्याकडून प्रेमपूर्वक भेट

विभाग चार
स्वजाणीव

आजाराचा जन्म

निर्मितीच्या प्रारंभीच्या काळात आत्म्यांनी जेव्हा मानवी स्वरूप घेऊन पृथ्वीतलावरील कार्यक्षेत्रात प्रवेश केला, तेव्हा हा 'खेळ' त्यांना नवा होता. या वस्तुपूर्ण जगाचे नियम कोणते, भौतिक शरीर कसे सांभाळायचे, हे त्यांना अज्ञात होते, माहीत नव्हते. जसे एखादे लहान मूल पहिल्यांदाच वाळूचा किल्ला बनवायला शिकत असते, तेव्हा भिंती उभ्या राहाव्यात म्हणून, किल्ला ढासळून जाऊ नये म्हणून काय करायचे हे त्याला माहीत नसते, तसे. म्हणून नीट जमेपर्यंत ते मूल पुन्हा पुन्हा भिंती बांधत जाते, किल्ला बनवत राहते.

भौतिक शरीरामध्ये सतत वास करणे व ते शरीर टिकवणे, हे सुरुवातीला आत्म्यांचे लक्ष्य होते. त्यांचे खरे घर, आध्यात्मिक घरही काही फार लांब नव्हते. हा पृथ्वीतलावरचा धाडसी प्रवास हसत खेळत, नवीन गोष्टी शोधण्यासाठी, शिकण्यासाठी आहे याची त्यांना पूर्ण जाणीव होती. भोवतालच्या पंचमहाभूतांकडून माहितीची देवाण-घेवाण होत होती, त्यांच्याशी सहज संवाद साधला जात होता. त्यामुळे मूळच्या आध्यात्मिक कार्यक्षेत्रात परत जाणे, यात एक सहजपणा होता. एका दृष्टीने त्यात आनंद होता. सुटका झाल्याची भावना होती. अनेकदा बांधला तरी किल्ला ढासळतोच आहे, असे लक्षात येऊन

कंटाळलेल्या मुलाला विसावा हवा असावा, बदल हवा असावा, तसे.

म्हणूनच 'मृत्यू' हा निसर्गाचा नियम जाणीवपूर्वक स्वीकारला गेला होता. जीवनधारा वाहती ठेवण्यामधील मृत्यूची भूमिका सर्वमान्य होती. पृथ्वीतलावरच्या प्रत्येक कष्टप्रद प्रवासानंतर येणारा मृत्यू म्हणजे विसाव्याच्या ठिकाणी नेणारा एक मार्ग वाटे. आजच्याप्रमाणे मृत्यूकडे हतबलतेच्या भावनेने पाहिले जात नसे. उत्क्रांतीची प्रक्रिया निरंतर चालू राहण्यासाठी आवश्यक असणारी एक तर्कसंगत अवस्था म्हणजे मृत्यू, असेच समजले जात असे. मूळ स्थानाकडे परतल्यामुळे आत्मे नवीन ताकद मिळून तरतरीत व ताजेतवाने होत असत. तसेच पृथ्वीवरील अनुभवांचा योग्य संदर्भात विचार करायची तिथे संधी मिळत असे.

हळूहळू काळाच्या ओघात आपले शरीर जास्त काळ जिवंत ठेवण्याचे कौशल्य जसे मानवाच्या अंगी आले, तसा स्वतःला सांभाळण्याचा आत्मविश्वास वाढू लागला. जिज्ञासेच्या कक्षा रुंदावल्या. या भौतिक जगातली विविधता, दिमाख, चैतन्य त्याला जाणवू लागले, मोहवू लागले. हसत खेळत शिकण्याच्या या जागेत त्याचे मन गुंतू लागले. पंचेंद्रियांमधून मिळणाऱ्या ज्ञानाचे संकलन करण्याचे कसब आले, निपुणता आली. या सर्व प्रक्रियेत माणूस वाकबगार झाला; कारण ती काळाची गरज होती. जितके जास्त शोध घेतले तितकी अनुभवाची विविध क्षेत्रे खुली झाली. नवनवीन ज्ञान मिळवण्याकडे लक्ष केंद्रित करावे लागले.

हळूहळू आपल्या मूळ स्थानाची आठवण जाणिवांच्या पडद्याआड लपली. जशी कार्यक्षेत्रामधील विविध कर्मांची क्लिष्टता वाढू लागली तसे माणसाचे पूर्ण लक्ष त्याकडे वेधले गेले. हळूहळू आपल्या मूळ स्थानापासून तो दूर गेला. आपल्या उगमाशी असणारी एकरूपता त्याच्या स्मरणातून नाहीशी झाली. आजूबाजूची प्रत्येक गोष्ट त्याने एक आव्हान म्हणून स्वीकारली, पण त्यामुळे त्याच्या चेतनेमध्ये दुरावलेपणाची भावना वाढली. तो एकटा पडला व सृष्टीतील सर्वांपासून परका झाला.

जसे आजूबाजूच्या जगाचे भान विसरून खेळात पूर्ण गुंगून गेलेले लहान बालक अंधार पडल्यावर अचानक भानावर यावे व घाबरून जावे तसे. अशा वेळी ते बालक भुकेले असते, थकून गेले असते आणि खूप घाबरते. त्याला असुरक्षित व एकटे वाटते. मी लहान असताना

मला एक-दोन वेळा तसे झाल्याचे आठवतेय. मी नियमितपणे घराजवळच्या मैदानात किंवा बागेत खेळायला जात असे. सगळे घरी निघून गेल्यावर आणि अंधारून आल्यावर मी एकदम भानावर येई, माझ्या मनात एकदम भय दाटून येई, 'घर सापडेल ना अंधारात?' या विचाराने जीव कासावीस होई. एकदा तर भीतीने रडूच यायला लागले आणि सुखरूप घरी पोचल्यावर हायसे वाटले. मग स्वतःच्या बावळटपणाचे हसूही आले.

आपण सगळे 'घरी' याच मार्गाने जातो बहुतेक.

भौतिक जगातल्या कर्मक्षेत्रात आकंठ बुडून गेलेला मानव आपण कोण आहोत, कुठून व का इथे आलो हे विसरून गेला आहे. पृथ्वीतलावरील जीवन समरसून जगण्यासाठी, त्यात कौशल्य मिळवण्यासाठी लक्ष केंद्रित करणे आवश्यक असते हे खरेच, पण मानवाचा आत्म्याशी व दैवी चेतनेशी संवाद चालू राहणेसुद्धा तेवढेच महत्त्वाचे असते. पण दुर्दैवाने तसे घडले नाही. मानव जसा एक एक पाऊल टाकत प्रगत जगाकडे जात राहिला, तसतसा त्याच्या उगमस्थानाच्या जाणिवेपासून तो दूर होत गेला.

त्याच्या आत्म्याची मूळ इच्छा व प्रयोजन तो विसरून गेला. त्याची स्वतःची ओळख त्याच्या भौतिक लक्ष्यांपुरती मर्यादित झाली. त्याच्या चेतनेच्या जाणिवेतून मूळ स्थानाशी असलेली एकरूपता पूर्ण पुसली गेली. माणूस स्वतःला दुर्बल व असहाय समजू लागला. इतर माणसांपासून, नैसर्गिक शक्तिशाली ताकदींपासून स्वतःचे संरक्षण करण्याची त्याला गरज भासू लागली. मृत्यू म्हणजे जगण्यातून बाहेर फेकले जाणे, मृत्यू म्हणजे निसर्गाने आपल्यावर मिळवलेला विजय, निसर्ग आपल्याला कायम पराभूतच करणार, हा विचार वाढीस लागला.

भीती हे एक अज्ञानाचे, अजाणतेपणाचे लक्षण माणसाच्या मनात जन्माला आले. जग व जगातील त्याचे अस्तित्व याबद्दल मनात अस्वस्थता निर्माण झाली. जीवनामध्ये रोगाची मुळे घट्ट रोवली गेली. आपल्या मूळ अस्तित्वाच्या अज्ञानातून जशी भीती निर्माण झाली, तसेच अनारोग्यही निर्माण झाले.

सारांश :

▶ निर्मितीच्या प्रारंभीच्या काळात आत्म्यांनी जेव्हा मानवी स्वरूप घेऊन पृथ्वीतलावरील कार्यक्षेत्रात प्रवेश केला तेव्हा हा 'खेळ' त्यांना नवा होता. या वस्तुपूर्ण जगाचे नियम कोणते, भौतिक शरीर कसे सांभाळायचे, हे त्यांना अज्ञात होते.

▶ भौतिक शरीर टिकवणे हे सुरुवातीला आत्म्यांचे लक्ष्य होते.

▶ म्हणूनच 'मृत्यू' हा निसर्गाचा नियम जाणीवपूर्वक स्वीकारला गेला होता. जीवनधारा वाहती ठेवण्यामधील मृत्यूची भूमिका

सर्वमान्य होती.

- मृत्यूकडे हतबलतेच्या भावनेने पाहिले जात नसे. उत्क्रांतीची प्रक्रिया निरंतर चालू राहण्यासाठी आवश्यक असणारी एक तर्कसंगत अवस्था म्हणजे मृत्यू, असे समजले जात असे.
- भौतिक जगातल्या कर्मक्षेत्रात आकंठ बुडून गेलेला मानव आपण कोण आहोत, कुठून व का इथे आलो हे विसरून गेला.
- त्याची स्वतःची ओळख त्याच्या भौतिक लक्ष्यांपुरती मर्यादित झाली.
- माणूस स्वतःला दुर्बल व असहाय समजू लागला.
- भीती हे एक अज्ञानाचे लक्षण माणसाच्या मनात जन्माला आले.
- आपल्या मूळ अस्तित्वाच्या अज्ञानातून जशी भीती निर्माण झाली, तसेच अनारोग्यही निर्माण झाले.

शरीरात आजाराचा प्रारंभ

दुरावा व एकटेपणाच्या भावनेतून आपल्यापैकी प्रत्येकाच्या अनुभवविश्वात 'भीती'ने प्रवेश केला असणार. मग लांबलचक प्रवास करून शेवटी तिचा आपल्या शरीरात आजाराच्या स्वरूपात प्रारंभ झाला असणार.

दुर्बल व असहाय असण्याच्या विचाराने, समजाने एकदा मूळ धरले की कोणत्याही पूर्वग्रहाशिवाय तशा विचारांचा ताफाच्या ताफा मानवी मनामध्ये मुक्काम ठोकतो. त्यासारख्या समजांना बळकटी देतो. हे एकदा होवो किंवा पुन्हा पुन्हा होत राहो, शरीरातल्या आजाराचा प्रारंभ अशाच प्रकारे होतो.

आपल्या 'असण्याशी' विसंगत असणारे विचार जेव्हा आपल्या मनात शिरतात तेव्हा आपण अस्वस्थ होतो. मनाच्या गाभ्यातील शांतता, निवांतपणा, मनाचे संतुलन यात व्यत्यय आणण्याची क्षमता अशा विचारांमध्ये असते. प्रत्येक विचाराची एकमेवाद्वितीय अशी वेव्हलेंग्थ असते. विचारांमुळे आपल्या भावकोशामध्ये विशिष्ट प्रकारची ऊर्जाकंपने उत्पन्न होतात. परंतु जेव्हा तटस्थ व बिनशर्त अशा वैश्विक ऊर्जेमध्ये आपण लपेटले गेलो असतो, तेव्हा या दोन्ही ऊर्जास्रोतांमध्ये एक तफावत निर्माण होते. आपल्या त्या क्षणीच्या अस्तित्वामध्ये व्यत्यय किंवा अस्वस्थता येते. ऊर्जेचे समीकरण बदलते. होलोग्राफीच्या तत्त्वाप्रमाणे विचार केला तर एखाद्याचा दृष्टिकोन बदलल्यामुळे त्याच्या स्वतःच्या 'वास्तविकते'चे चित्र कसे बदलते, हे लक्षात येते.

परंतु विचारांचे अस्तित्व एका अतिशय सूक्ष्म पातळीवर असल्यामुळे आपल्यावर होणारा त्याचा परिणाम बरेचदा जाणवत नाही व येणाच्या व्यत्ययाकडे लक्ष वेधले जात नाही. आपण बच्याचदा नकोसे विचार

दूर ढकलून देतो किंवा स्वतःला इतर कुठल्या तरी गोष्टीकडे वळवतो, गुंतवतो.

साठत जाणारे असे विचार वेग धरायला लागतात. आपल्या भावनिक अंगामधील जड ऊर्जेवर परिणाम होऊ लागतो. विचारांना अनुरूप अशा अस्वस्थ करणाऱ्या भावना उत्पन्न होऊ लागतात. भावना आपल्याला जाणवतात त्यामुळे विचारांसारखे त्यांच्याकडे दुर्लक्ष होत नाही. उदा. हेवा, असूयेचे विचार आले तरी ते आलेच नाहीत किंवा आपल्याला हेवा वाटतच नाही, अशी स्वतःची दिशाभूल करणे तसे सोपे असते. त्यामुळे काही काळापासून साठलेली चीड, संताप यांच्याकडेही दुर्लक्ष करायला मदत होते.

'मत्सर' या भावनेला समाजात पसंती, मान्यता मिळत नाही. त्यामुळे आपण ती दाबून टाकतो, दूर ढकलतो, तिला ओळखायलाच नकार देतो.

मत्सराचे उदाहरण घेऊन पाहू. प्रत्येक वेळी ठरावीक प्रकारची चेतावणी मिळाली की मत्सराची लाट तयार होते आणि आपल्यामध्ये एक विशिष्ट प्रकारचे ऊर्जा-वादळ उठते. पण आपल्या मते मत्सर 'बरोबर' नसल्यामुळे, 'चांगला' नसल्यामुळे ती ऊर्जा आपण बाहेर पडू देत नाही. मत्सराची भावना आपण व्यक्त होऊ देत नाही किंवा स्वतःला ती पूर्णपणे जाणून घेण्यासाठी परवानगीही देत नाही. मत्सर ही अनेक भावनांपैकी एक भावना आहे. काही भावनांना आपण पसंती देतो व आयुष्यात पूर्ण व्यक्त होऊ देतो. पण अशा अनेक 'चुकीच्या' समजल्या जाणाऱ्या भावना आपण उघडपणे जाणवू देत नाही. त्यांना व्यक्त होण्यापासून रोखतो. या भावनांमुळे आपल्याला 'छान' वाटत नाही किंवा आजूबाजूची परिस्थिती, लोक त्यांना चांगले समजत नाहीत, म्हणूनही तसे घडत असते.

असे प्रसंग वारंवार घडल्यास बरीच अव्यक्त ऊर्जा आपल्या वैयक्तिक ऊर्जाकोशामध्ये साचून राहते व यशावकाश ऊर्जेचा एक गोठलेला ठोकळा बनून जातो. भौतिक जगातल्या अनेक फेऱ्यांमध्ये, विविध अनुभवांमधून जाणविणाऱ्या विविध भावनांना सामोरे गेल्यामुळे आपण असे बरेच 'गोठलेले ठोकळे' जमा केले असण्याची शक्यता असते.

अनेकदा गोळा करण्याबिरोबरच आपल्याला त्यांना मिटवण्याची,

दैवी शक्ती / जाणिवा
जखडणारे विचार
भीतीवर आधारित भावना
ऊर्जास्रोतांमध्ये तफावत
आजाराचा प्रारंभ

सोडून देण्याची संधी मिळाली असेल. कधी प्रयत्नपूर्वक तर कधी आपल्या समजुतीत बदल झाल्यामुळे अजाणता त्यांच्यावर उत्तर शोधले गेले असेल. अनेकदा वैयक्तिक ऊर्जाकोशातले काही गोठलेले ठोकळे वितळून आपापल्या मार्गाने वाहून नाहीसे होतात. पण काही ऊर्जा ठोकळे मात्र तसेच राहतात. रोखून ठेवलेल्या भावनांना जन्म देणारे मूळ विचार किंवा समजुती जर नाहीशा झाल्या नाहीत, मिटल्या नाहीत, तर असे होऊ शकते.

अशा प्रकारे एक किंवा अनेक भावना साठून इतक्या अवजड होतात की त्यांची कंपने मंदावतात. त्यामुळे गोठलेली ऊर्जा कोशातून आपल्या जड शरीराकडे येऊ लागते व शरीराच्या कामकाजामध्ये अडथळे आणू लागते. शिळी, साठलेली ऊर्जा मग विषासारखी काम करते. त्यामुळे शरीरातील इंद्रिय संस्थांचा ऱ्हास होऊ लागतो. ट्यूमर किंवा अल्सर तयार व्हायला लागतात. स्नायू, अस्थी यांची हानी व्हायला लागते. मनोधारणेमुळे किंवा अनुवांशिकतेमुळे शरीरात काही कमकुवत जागा असतील तर त्या जागेवर गोठलेल्या ऊर्जेमुळे सर्वाधिक परिणाम होतो.

जेव्हा आपण शरीराचा सर्वांगाने विचार करतो तेव्हा भौतिक अंगाबरोबर इतर अनेक अंगांचे अस्तित्व लक्षात येते. भावनिक अंग, विचारांचे अंग व एका सूक्ष्म पातळीवर आपले आध्यात्मिक अंग त्यामध्ये सामावलेले असते. ही विविध अंगे आत्म्याच्या, चेतनेच्या ऊर्जेची निरनिराळ्या प्रकारे कंपने पावणारी अंगे असल्यामुळे ती कोणत्या सीमारेषांनी अलग करता येत नाहीत. जशी ऊर्जेची कंपने मंदावतात तसा ऊर्जाकोश दाट व्हायला लागतो व शेवटी त्याचे भौतिक शरीरात रूपांतर होते- जी आपल्या अस्तित्व पातळ्यांमधली सर्वांत संथ व दाट पातळी म्हटली जाते.

आपल्या शरीरात आजार प्रवेश करतो; कारण तिथे कोणत्या तरी जखडणाऱ्या, बंधनकारक समजुती किंवा विचारांना आपण थारा दिलेला असतो. मग ती कमीपणाची भावना असो, 'एकटेपणाची' कल्पना असो, आपला मागमूसही राहणार नाही अशी भीती असो किंवा इतर कोणतीही जखडून ठेवणारी समजूत असो. एखाद्या समजुतीपासून प्रारंभ होऊन बराच प्रवास करून आजार आपल्या भौतिक शरीरात

प्रवेश करतो. सर्दीपासून ते कॅन्सरपर्यंत कोणताही आजार किंवा कोणताही जिवाणू, विषाणू आपल्यावर हुकूमत गाजवू शकणार नाही. आपल्या जखडून ठेवणाऱ्या, कुरतडणाऱ्या समजुतींच्या मार्फत आपण दार उघडले नाही तर कोणताही आजार आपल्या शरीरात प्रवेश करू शकणार नाही.

सारांश :

- दुरावा व एकटेपणाच्या भावनेतून आपल्यापैकी प्रत्येकाच्या अनुभवविश्वात 'भीती'ने प्रवेश केला असणार.
- आपल्या 'असण्याशी' विसंगत असणारे विचार जेव्हा आपल्या मनात शिरतात, तेव्हा आपण अस्वस्थ होतो.
- विचारांमुळे आपल्या भावकोशामध्ये विशिष्ट प्रकारची ऊर्जा-कंपने उत्पन्न होतात.
- हळूहळू साठत जाणारे विचार जसा वेग धरायला लागतात, तसा आपल्या भावनिक अंगामधील जड ऊर्जेवर परिणाम होऊ लागतो.
- काही भावनांना आपण पसंती देतो व आयुष्यात पूर्ण व्यक्त होऊ देतो. पण अशा अनेक 'चुकीच्या' भावना आपण उघडपणे जाणवू देत नाही. अशा भावना दाबल्या जाऊन अव्यक्त राहतात.
- बरीच अव्यक्त ऊर्जा आपल्या वैयक्तिक ऊर्जाकोशामध्ये साचून राहते व यशावकाश ऊर्जेचा एक गोठलेला ठोकळा बनून जातो.
- गोठलेली ऊर्जा आपल्या जड शरीराकडे येऊ लागते व शरीराच्या कामकाजामध्ये अडथळे आणू लागते.
- साठलेली शिळी ऊर्जा मग विषसमान होते. त्यामुळे शरीरातील इंद्रिय संस्थांचा ऱ्हास होऊ लागतो.
- आपल्या शरीरात आजार प्रवेश करतो; कारण तिथे कोणत्या तरी जखडणाऱ्या, बंधनकारक समजुती किंवा विचारांना आपण थारा दिलेला असतो. मग ती कमीपणाची, एकटेपणाची भावना असो किंवा आपला मागमूसही राहणार नाही अशी भीती असो.

- एखाद्या समजुतीपासून प्रारंभ होऊन बराच प्रवास करून आजार आपल्या भौतिक शरीरात प्रवेश करतो.

- आपल्याला जखडून ठेवणाऱ्या, कुरतडणाऱ्या समजुतींच्या मार्फत आपण दार उघडले नाही तर कोणताही आजार आपल्या शरीरात प्रवेश करू शकणार नाही.

स्वास्थ्याचा प्रदीर्घ शोध

आपल्या ऊर्जाकोशाच्या सर्व पातळ्या जेव्हा स्वास्थ्यपूर्ण व कार्यरत असतात, तेव्हा आपल्या गाभ्यामधून ऊर्जेचा संतत प्रवाह या ऐहिक, भौतिक जगात प्रसृत होत असतो. म्हणजे दैवी चेतनेचा प्रवाह प्रत्येक विचार, भावना, शब्द व कृतीमधून वाहत असतो.

आता या टप्प्यावर मनात काही प्रश्न उठणे स्वाभाविक आहे व त्यांची उत्तरे आपण समजून घेणे आवश्यक आहे. आपल्याला जाणवत असेल किंवा नसेल, पण जर आजूबाजूच्या प्रत्येक वस्तूत, कणाकणांत दैवी चेतनेचे अस्तित्व असेल, तर मग आजाराचा अनुभवच का येतो? एकानंतर एक छान अलौकिक अनुभव घेत आपले आयुष्य सुखात का जात नाही? सुसंवाद व निर्भेळ आनंदाच्या अवस्थेत आपण सतत का राहू शकत नाही?

चेतनेच्या उच्च पातळीवर, आत्म्याच्या स्तरावर आपला आत्मा अमर आहे, तो नष्ट होऊ शकत नाही, याची आपल्याला जाणीव असते. उपलब्ध असलेल्या पर्यायांपैकी कोणताही पर्याय न नाकारता प्रत्येक अनुभव सर्वतोपरी घेण्याचा आत्मविश्वासही या जाणिवेमधूनच जागृत होत असतो. इतर विविध भावनांप्रमाणेच भीतीची भावना पूर्णपणे अनुभवण्याची शक्ती, ताकद या स्व-जाणिवेतून किंवा आत्मज्ञानातून मिळत असते.

एखाद्या आव्हानाला सामोरे जाण्याची व त्याचा भरभरून आनंद लुटण्याची वृत्ती आपल्यापैकी प्रत्येकातच असते, नाही का? मग तो खेळ, कला, विज्ञान असो किंवा वाङ्मय असो. आपण उत्साहाने व तळमळीने आपल्या छंदामध्ये संपूर्ण जीव ओततो. ते करताना येणारी मजा मनापासून अनुभवतो. आपल्या पसंतीच्या क्षेत्रात काम करताना

व्यक्त झालेली आत्म्याची प्रवृत्तीच यातून प्रकट होत असते. एखादा खेळ किंवा छंद जोपासणे हे एक छोटे, तर पृथ्वीतलावरचे जीवन जगणे हे एक मोठे उदाहरण असेल. पण यातला महत्त्वाचा मुद्दा असा की, या भूतलावरच्या अस्तित्वामधून आपल्याला 'जगणे' सर्वतोपरी अनुभवायचे आहे. त्यात कौशल्य, वाकबगारी मिळवायची आहे. म्हणूनच तर आता आपण इथे आहोत.

एखादा छंद असो किंवा खेळ, त्याचे नियम समजायला वेळ लागतो. मैदानावरची चपळता, खेळातील कौशल्य, शिताफी येण्यासाठी पुरेसा वेळ द्यावा लागतो. हे करताना चुका होणे साहजिक आहे. चुकत चुकतच शिकायचे असते. चुका करणे हा शिक्षणाचा अविभाज्य भाग आहे. चुकीमधून धडा घेतला नाही, तर आपण परत तीच चूक करत राहू. जोपर्यंत चूक लक्षात येत नाही, आवश्यक तो बदल करून ती सुधारली जात नाही, त्यातून धडा घेऊन त्याची जाणीवपूर्वक नोंद घेतली जात नाही, तोपर्यंत पुनःपुन्हा तीच चूक केली जाते.

आजार ही आयुष्याच्या मैदानावर बसलेली एक ठोकर आहे. कुठेतरी काहीतरी चुकते आहे, गडबड होते आहे, असे सांगण्याची जीवनाची एक पद्धत आहे. जीवनाला आपण समजून घेण्यात केलेली गफलत म्हणजे आजार. आपल्या आत्म्याचे खरे रूप, आपली मूळ चेतना व सध्याचे आपण, आपली परिस्थिती या दोन्हीमध्ये तफावत आली आहे, असे 'आजार' आपणास सांगत असतो. प्रत्येक आजाराच्या आड एक उद्देश लपलेला असतो, तो म्हणजे शिकण्याचा उद्देश, जाणून घेण्याची इच्छा.

या सर्व पार्श्वभूमीवर आजाराकडे पाहण्याच्या आपल्या दृष्टिकोनात एक महत्त्वाचा बदल करणे आवश्यक आहे. आजार आपल्याला नेहमीच आपल्या दैवी चेतनेच्या जवळ घेऊन जात असतो; त्यामुळे तो कधी वाईट नसतो. स्वास्थ्य टिकवून ठेवण्याची आपली एक उपजत शक्ती आपल्याला आजाराच्या क्लेशांपासून सोडवण्याचा मार्ग शोधण्यास भाग पाडते. आरोग्याचा एक नवीन शोध सुरू होतो व त्या मार्गावर चालता चालता आपण 'स्वतःला' शोधतो. आपल्या मूळ चेतनेकडे पुन्हा पोचवण्यासाठी आपल्या शरीरातली एक कळ किंवा खटका

स्वास्थ्याचा प्रदीर्घ शोध

म्हणजे आजार! आजाराकडे अशा दृष्टीने आपण पाहू शकलो तर आजारपणाची भीती जाईल. तसेच आपल्या खऱ्या स्वरूपाला जाऊन मिळण्याची संधी त्यातून प्रत्येक वेळी मिळत राहील.

आजारपणाची 'इच्छा' करावी असा याचा बिलकूल अर्थ होत नाही. उलट आजार नसेल तर सध्य स्थितीत तुम्ही योग्य प्रकारे जीवन जगत आहात असे निश्चित म्हणता येईल.

तुम्ही कधी 'ट्रेझर हन्ट' किंवा 'गुप्त खजिन्याचा शोध' या खेळात

भाग घेतला आहे का? निदान टीव्हीवर तरी निश्चित पाहिला असेल. माझ्या लहानपणाच्या घरगुती खेळाचे आता मोठ्या टीव्ही प्रोग्राममध्ये रूपांतर झाले आहे. काही प्रोग्राममध्ये यात सहभागी होणारे लोक जगभर भ्रमण करताना दिसतात. बसने, जहाजातून, विमानातून प्रवास करत, धागेदोरे हुडकत गुप्त खजिन्याचा शोध घेतात.

व्यक्तिशः यातील प्रवास व साहस हेच मोठे बक्षीस आहे, असे मला वाटते. म्हणजे शोध संपल्यावर मिळणारे मोठे बक्षीस नको असे नव्हे, पण जिंकू की हरू ही मनाची उलघाल सतत होत राहिली, तर त्या संपूर्ण प्रवासाचा आनंद, अनुभव कुठेतरी डागाळला जातो असे मला वाटते.

या खेळातील अजून एक मजेशीर भाग म्हणजे 'ट्रेझर हन्ट'च्या सूचना अशा अनोख्या कोड्यांमध्ये दिल्या जातात की त्या विचारपूर्वक सोडवून अमलात आणाव्या लागतात. पुढचे प्रत्येक आव्हान आधीपेक्षा अवघड असले तरी खेळणाऱ्यांचे चेहरे उत्तेजित झालेले असतात. पुढची सफर कठीण आहे हे माहिती असूनही ते यत्किंचितही नाउमेद झालेले नसतात. आपण टप्प्याटप्प्याने खजिन्याच्या जवळ जात आहोत, ही जाणीव त्यांना पुरेशी असते.

आपला आजाराकडून स्वास्थ्याकडे जाण्याचा जीवनप्रवास आपण याच नजरेतून, याच भावनेने पाहू शकलो तर काय धमाल येईल. स्वास्थ्याच्या शोधयात्रेत किंवा 'ट्रेझर हन्ट'मध्ये आपल्यापैकी प्रत्येक जण विजेता ठरेल.

सारांश :

- चेतनेच्या उच्च पातळीवर, आत्म्याच्या स्तरावर आपला आत्मा अमर आहे, तो नष्ट होऊ शकत नाही, याची आपल्याला जाणीव असते.

- इतर विविध भावनांप्रमाणेच भीतीची भावना पूर्णपणे अनुभवण्याची शक्ती, ताकद या स्व-जाणिवेतूनच मिळत असते.

- भूतलावरच्या अस्तित्वामधून आपल्याला 'जगणे' सर्वतोपरी अनुभवायचे आहे. त्यात कौशल्य, वाकबगारी मिळवायची आहे. म्हणूनच तर आता आपण इथे आहोत.

- आजार म्हणजे आयुष्याच्या मैदानावर बसलेली एक ठोकर आहे. कुठेतरी काहीतरी चुकते आहे, गडबड होते आहे असे सांगण्याची जीवनाची एक पद्धत आहे.
- जीवनाला आपण समजून घेण्यात केलेली गफलत म्हणजे आजार.
- प्रत्येक आजाराच्या मागे एक उद्देश लपलेला असतो, तो म्हणजे शिकण्याचा उद्देश, जाणून घेण्याची इच्छा.
- आजार आपल्याला नेहमीच आपल्या दैवी चेतनेच्या जवळ घेऊन जात असतो; त्यामुळे तो कधी वाईट नसतो.
- आरोग्याचा एक नवीन शोध सुरू झाला की त्या मार्गावर चालता चालता आपण 'स्वतःला' शोधतो.
- आजार नसेल तर सद्य स्थितीत तुम्ही योग्य प्रकारे जीवन जगत आहात, असे निश्चित म्हणता येईल.

स्वजाणिवेतून स्वास्थ्यप्राप्ती

एकदा सगळी कोडी सुटली, धागेदोरे हाती लागले की आजार व स्वास्थ यांचे नीट आकलन होऊ लागते आणि जीवनाच्या खेळामध्ये आजारावर मात करणे काही फार कठीण वाटत नाही.

आपले शरीर, आपल्या भावभावना, आपले विचार आपल्याला सतत काहीतरी सुचवत असतात, खाणाखुणा करत असतात. त्यामुळे शरीराच्या पातळीवरच्या, समजायला सोप्या असलेल्या खाणाखुणांपासून सुरुवात करावी आणि मग हळूहळू आपल्या भावना, विचार यांच्या भाषेतल्या सूचनाही चिकाटीने, आत्मविश्वासाने जाणायला शिकावे. त्या सर्व प्रक्रियेत सर्वसमावेशक, संपूर्ण आरोग्याच्या खजिन्यापर्यंतचा मार्ग आपल्याला निश्चितपणे दिसू लागेल.

जखडून ठेवणाऱ्या समजुतींपासून आपल्या शरीरामध्ये प्रवेश करण्यापर्यंतचा जो मार्ग आजार घेतो, त्या अनुभवातून जर आपण उलटा मार्ग टप्प्याटप्प्याने चाललो तर आपण आरोग्याकडे निश्चित पोहोचू, नाही का?

आजाराच्या तडाख्याने कोसळणारा शेवटचा बुरूज म्हणजे आपले शरीर. म्हणूनच फक्त त्रास किंवा वेदनेतून मुक्त झाल्याने आपण बरे होणार नाही, तर त्या आजाराचे मुळापासून उच्चाटन केले, तरच आपण नीट बरे, निरोगी होऊ. आयुष्याचे, जीवनाचे नीट आकलन होण्याची संपूर्ण प्रक्रिया म्हणजे निरोगीपणा होय.

शरीराच्या पातळीवरच अडकून न राहता त्याच्या पुढे जाऊन शोध घेतला तरच आपल्याला आजाराचे मूळ कारण सापडू शकेल. भावनांच्या, विचारांच्या सूक्ष्म पातळीवर शोध घेऊन ते जिथून निर्माण होतात त्या 'समजुती'पर्यंत आपली शोधमोहीम न्यावी लागेल. आपण फक्त एक

शरीर नसून स्व-जाणिवांचे भौतिक स्वरूपात झालेले रूपांतर आहोत, हे जाणीवपूर्वक स्वीकारले तरच ते शक्य होईल. म्हणूनच 'बरे होण्याची' सुरुवात आपल्या आत्मजागृतीच्या गाभ्यातून होत असते. या पुस्तकात जेव्हा 'बरे होण्याचा', 'निरोगीपणाचा' संदर्भ येतो तेव्हा तो प्रत्येक वेळा 'स्वतः'च्या शोधाशी जोडलेला असतो.

बरे होणे, निरोगी होणे यावर जगभरात प्रचंड संशोधन झाले आहे, होते आहे. प्रत्येक प्रकारचा आजार अचूकपणे, खोलात जाऊन, शास्त्रीय पद्धतीने अभ्यासला जात आहे. बुद्धीला पूर्णपणे पटणारे, अतिशय तर्कसंगत असेच ते सारे संशोधन आहे. वैद्यकीय क्षेत्राची प्रगती व अद्ययावत उपाययोजनांमधील सहभाग केवळ अमूल्य आहे. सततच्या अभ्यासातून व प्रयोगशाळेतील अथक प्रयत्नांनी, सायासांनी जगभरातील शास्त्रज्ञांनी 'असाध्य ते साध्य' करून दाखवले आहे.

आपले शरीर व त्याची कार्यपद्धती याबद्दल अनाकलनीय असणारी नवीन माहिती दर दिवसागणीक आपल्यासमोर येते आहे. आजारांवरच्या उपाययोजनांची नवनवीन शिखरे दर दिवशी सर होत आहेत. वैद्यकीय क्षेत्रातील संशोधनाने सिद्ध झालेली प्रगती प्रतिक्षण अनुभवत असलेल्या सामान्य माणसाला स्वजाणिवेतून आजारमुक्त होण्याची अमूर्त कल्पना कशी समजावी?

आपल्या आरोग्याचे समोर उभे ठाकणारे एकएक आव्हान झेलायला वैद्यकीय तंत्रज्ञानाची नवी पद्धत, नवे उपाय मदत करू शकतात. प्रत्येक नव्या आरोग्याच्या कोड्याला नवे शास्त्रीय उपचाररूपी उत्तर देण्याच्या आपल्या कौशल्याचा मानवाला रास्त अभिमान वाटायला हवा, यात शंकाच नाही. पण आत्मपरीक्षण केले नाही तर आपण पुनःपुन्हा तेच करत राहू. एक आरोग्याचा प्रश्न घेऊ व त्याच्यावर उपचार करून थांबू. फक्त एका आव्हानातून दुसरे आव्हान पुढे येत राहील आणि खरी, मुळातून सुधारणा होणारच नाही.

शरीराच्या पातळीवर शास्त्रशुद्ध, प्रगत उपाययोजना काम करतातच; पण एका वेगळ्या, खोल पातळीवर आपल्याला जाणवत असलेल्या सर्व प्रक्रिया शरीरालासुद्धा जाणवत असतात, हे आपण ध्यानात घेतले पाहिजे. शरीराचा सगळ्यात पूर्णपणे सहभाग असतो. म्हणूनच एका आजारासाठी उपाय सापडला तरी दहा आजार नव्याने रिपोर्ट केले

जातात. स्वतःकडे लक्ष वेधून घेण्याची ही शरीराची पद्धतच आहे.

या भूतलावर आपण असण्याचे प्रयोजन आपले 'शिक्षण' हे आहे, या बाबीकडे शरीर आपले लक्ष वेधून घेत असते. प्रत्येक आजार ही शरीराने आपल्याला जागे करण्यासाठी दिलेली हाक असते. आपण योग्य मार्गावर येईपर्यंत ते स्वस्थ बसत नाही आणि म्हणूनच केवळ स्वजाणिवेतूनच आजारमुक्ती होऊ शकते.

'स्वतः'ची म्हणजे अर्थातच दैवी चेतनेची जाणीव होणे, हा प्रत्येक आत्म्याच्या भूतलावरच्या प्रवासाचा महत्त्वाचा भाग असतो. या सत्याच्या आकलनाचा खूप दूरगामी परिणाम होतो. 'सत्य' समजले की 'बुद्धत्व' प्राप्त झाले असे म्हणतात. एका दैवी शक्तीचे, चेतनेचे आपण अंश आहोत याची ज्या क्षणी जाणीव होते, तो क्षण म्हणजे मुक्ती मिळवून देणारी एक जागृतावस्था असते. आपल्या दुपदरी अस्तित्वामुळे सर्व शारीरिक, भावनिक व मानसिक आजार होत असतात. भूतलावर जगत असताना आपण बहुतांश वेळ दुपदरी जगत असतो. असे दुपदरी अस्तित्व सोडून दैवी चेतनेशी एकरूप होणे म्हणजेच हीलिंग किंवा आजारमुक्ती होय.

माझी मैत्रीण माया व तिच्या डोकेदुखीची गोष्ट लक्षात आहे ना? त्रासातून मुक्त होताना किती वेगवेगळ्या पातळीवर आत्म्याचे काम चालते, हे तिच्या लक्षात आले. आजार किंवा आजारमुक्ती यातील कोणतीच गोष्ट निव्वळ अपघाताने झाली नाही. आजी, हवामान, मांजर किंवा सासू यांपैकी कोणत्याच कारणाने डोकेदुखी झाली नाही, हे तिला लक्षात आले. डोकेदुखी फक्त एक लक्षण होते. खरी विकारमुक्ती स्वजाणिवेतून होऊ शकते, हा महत्त्वाचा धडा शिकण्यासाठी निर्मितिक्षम आत्म्याने आखलेली ती योजना होती.

माया व तिची साक्षात्कारी डोकेदुखी यातून आरोग्य व आजारमुक्ती या बाबतीत काही महत्त्वाच्या गोष्टींवर प्रकाश पडतो.

आपल्याला हे लक्षात येते की—

◆ प्रत्येक आजारामागे एक विशिष्ट कारण असते.
◆ प्रेमळ, उत्स्फूर्त, आनंदी व समृद्ध अशा मूळ स्वरूपापासून तुम्ही दूर गेला आहात असे आजार तुम्हाला सांगत असतो.

- तुमचे विचार, समजुती व तुमची वास्तविकतेची कल्पना तुमच्या नैसर्गिक चेतनेच्या विरुद्ध दिशेने जाऊ लागली तर आजार होतो.
- तुमच्या समजुती व चिरंतन, शाश्वत सत्य यांच्यात जितकी तफावत जास्त, तितका आजार जुना, दुर्धर.
- जखडून ठेवणाऱ्या समजुती जसजशा बदलत जातात तसतशी आजारमुक्ती होऊ लागते.
- आजार आपल्यामुळे निर्माण होतो; त्यामुळे आजारमुक्ती आपणच आणू शकतो.

मायाचा डोकेदुखीचा आजार जरी जीवघेणा आजार नसला तरी तिच्या दैनंदिन जीवनात व्यत्यय आणणारा आजार निश्चितपणे होता. यात महत्त्वाचा मुद्दा असा की आजार कोणताही असला तरी तो होण्याची प्रक्रिया एकच असते. आजाराची तीव्रता जितकी जास्त, तितकीच बदल घडवून आणण्याची गरज मोठी. आजाराच्या निर्माण होण्याबद्दलचे आपले अज्ञान याला कारण असते. मायाला खरे कारण समजले नसते तर कदाचित ती आयुष्यभर डोकेदुखीने त्रस्त राहिली असती.

आजाराचे कारण नीट समजले तर 'खरे बरे' होण्याची शक्यता कैक पटींनी वाढते.

- आपण आपल्या आजारमुक्तीसाठी पूर्णपणे जबाबदार असतो.
- खरी आजारमुक्ती आपल्या आतमध्ये सुरू होते.
- आपण धडे शिकलो नाही तर आजारमुक्ती होणे कठीण आहे.

आपण स्वतः कोडे निर्माण करतो आणि आपणच त्यावरचे उत्तर आहोत. आजार निर्माण होण्याचे सर्व टप्पे लक्षात घेतले की बरे होण्याची शक्ती परत आपल्या हातात येते. आपण स्वतः आपल्या वास्तविकतेचे निर्माते आहोत. आपल्या प्रारब्धाचे कर्तेकरविते आहोत. मग ती व्याधी असो की आजारमुक्ती असो.

कोणताही आजार झाला की त्यामुळे मृत्यू ओढवेल ही शक्यता,

मनातील भीती वाढण्यामागचे मुख्य कारण असते. आपल्या खऱ्या स्वरूपाची जाणीव झाल्यामुळे आपल्याला लक्षात येते की कितीही वैद्यकीय मदत मिळाली तरी आपापल्या प्रारब्धाने लोक मृत्युमुखी पडतातच. याउलट ज्या माणसाने जगायचे ठरवले आहे, त्याला आशेचा एक छोटासा किरणही जिवंत ठेवू शकतो. ज्याने प्राण सोडायचे ठरवले, त्याला उत्तमातले उत्तम वैद्यकीय तंत्रज्ञानही वाचवू शकत नाही आणि उपाययोजनेकडे दुर्लक्ष झाले तरी एखादी व्यक्ती पूर्ण बरी होऊ शकते. कोणत्याही 'परकीय' यंत्रणेचा यात बिलकूल वाटा नसतो. स्वतःबद्दलच्या भावना, विचार व समजुती यांच्या परस्पर संबंधांमधूनच स्वास्थ्य ठरते.

जखडून ठेवणाऱ्या समजुतींपासून आपली सुटका व्हावी असे प्रत्येकाला वाटतेच; पण त्या समजुती ओळखायच्या कशा, हे समजून घ्यायला हवे. त्या ओळखण्यासाठी निरोगी शरीर व मन प्राप्त करण्याची दुर्दम्य इच्छा सतत मनात हवी. त्यामुळे खोलवरचे सुप्त व लुप्त कप्पे मोकळे होतील, प्रकाशात येतील आणि आवश्यक ती जागृती व जाणीव येईल. या मार्गावर विश्वास टाकून न कचरता त्या जागृतीचा मागोवा घेत राहणे, फार महत्त्वाचे आहे. उत्तम आरोग्य आणि चैतन्य ही आपल्या आत्म्याची निसर्गदत्त देणगी आहे आणि जखडणाऱ्या समजुतींनी जर अडथळा आणला नाही, तर आपण त्याच निसर्गदत्त स्थितीत राहू शकतो.

आयुष्यातल्या एखाद्या क्षणी 'आपण कुठे आहोत' किंवा 'आपण काय करत आहोत' हा महत्त्वाचा मुद्दा असतो. आपण जे करत असतो ते करताना 'आपण कसा विचार करतो' या एकाच गोष्टीवर सर्व काही अवलंबून असते. येणाऱ्या विचारांकडे जर आपण लक्षपूर्वक पाहायला शिकलो, त्यांचे निरीक्षण करू शकलो, तर बदलत्या विचारांबरोबर सातत्याने बदलणारी ऊर्जेची कंपने आपल्याला ओळखता येतील. क्षणोक्षणी, तासातासाला, दिवसेंदिवस मनात येत राहणारे सर्व विचार व त्यांची ऊर्जाकंपने आपल्याला जाणवतील. असे जेव्हा होईल त्या क्षणी आपले आरोग्य खऱ्या अर्थाने, जाणीवपूर्वक आपल्या स्वतःच्या हातात घेता येईल. ज्या विचारांनी बरे वाटते त्यांना वगळून इतर सर्व विचारांना त्याच क्षणी सोडून देता येईल. चांगल्या, आनंदाच्या व समृद्ध

करणाऱ्या विचारांवर लक्ष केंद्रित करता येईल.

आपण आपल्या दैवी उत्पत्तीची किंवा प्रारंभबिंदूची आठवण सतत तेवत ठेवली पाहिजे. एक परिपूर्ण आयुष्य, एक सर्वोत्तम आरोग्य प्राप्त करण्याच्या स्वतःच्या क्षमतेवर आपण गाढ विश्वास ठेवला पाहिजे. आपण काही अद्भुत घडवून आणू शकतो म्हणून नव्हे, तर दैवी चेतनेचा प्रवाह आपल्यामधून खळखळ वाहतो आहे म्हणून! दैवी चेतनेचे प्रकटीकरण म्हणून आपण स्वतःकडे पाहायला लागलो की ते गुण आपल्यात आपोआप प्रकट होतील.

यथावकाश जशी विचारांची मशागत होईल, समजुतींची आपल्या खऱ्या स्वरूपाशी सांगड घातली जाईल, तसा विचारांचा पोत बदलायला लागेल. त्यांच्याबरोबर जोडलेल्या ऊर्जेचे स्वरूप बदलेल, तिची प्रत उंचावेल. वैयक्तिक ऊर्जकोशातील स्पंदनांची तरलता वाढेल. अधिकाधिक सूक्ष्म होत ती स्पंदने आत्म्याच्या स्पंदनाच्या जवळ जाऊन पोचतील. जीवनाचा एक वेगळाच होलोग्राम दिसायला लागेल. एकीकडे मुबलक आहे म्हणून दुसऱ्याकडे कमतरता असेल असे नसून, जगात सर्वांना पुरेल इतके उदंड आहे याची जाणीव होईल. जीवनातील अखंड विविधता बिनशर्तपणे व न्यायनिवाडा न करता स्वीकारण्याची मनोधारणा तयार होऊ लागेल.

असे बदल घडले तर पूर्वी नाकारलेल्या अव्यक्त विचारांना व भावनांना प्रेममय व बिनशर्त स्वीकृतीच्या वातावरणात व्यक्त होण्याचा मार्ग सापडेल, नापसंती राहणार नाही. सगळ्याचा खुशीने अंगीकार करता येईल. स्वतःचा बिनशर्त स्वीकार जेव्हा केला जातो, तेव्हा आपली भीती, चिंता, राग-द्वेष, आपला अपराधीपणा आपल्याला ओळखता येऊ लागतो. त्या जाणिवेतून व स्वीकृतीतून अहंभावाचा नैसर्गिकरीत्या निचरा व्हायला लागतो. आपल्यातल्या उत्तमाबरोबरच दोषांनाही कवेत घेता येऊ लागते. प्रत्येक क्षणी आपण जसे आहोत तसे स्वतःला स्वीकारू लागतो, स्वीकारू शकतो. चुकांची उकल होते. ऊर्जेच्या धाग्याचे असंख्य गुंते सुटतात आणि दैवी ऊर्जेचा सहज प्रवाह अनिर्बंध वाहू लागतो. हे सर्व काही भविष्यात किंवा काही 'भाग्यवान' व्यक्तींच्या बाबतीत घडणारी घटना नाही, तर ते तुमच्या-आमच्यासाठी प्रत्यक्षात उतरणारे वास्तव आहे.

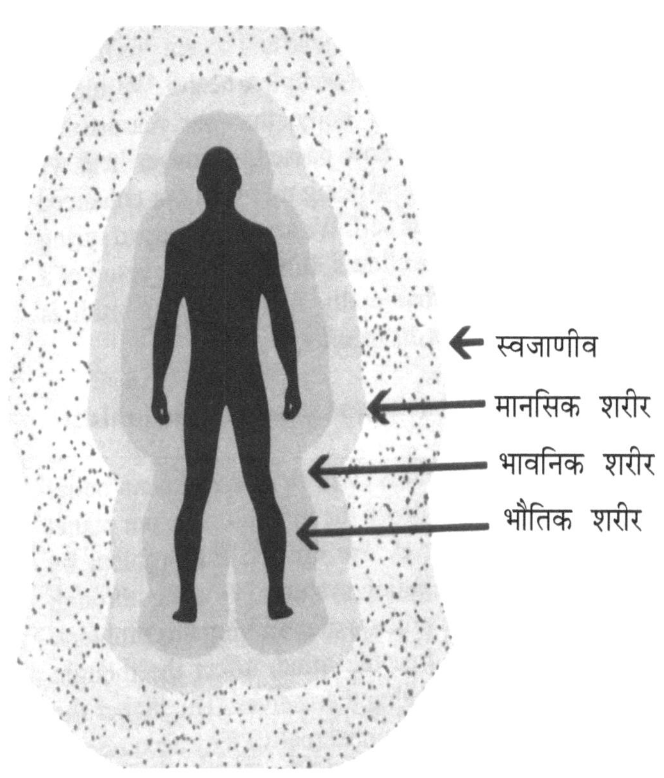

हे सर्व घडण्यासाठी आपल्याला एक करावे लागेल. वरील सर्व प्रक्रियेवर, घटनाक्रमावर विश्वास ठेवावा लागेल. संपूर्ण निरोगी असे आपले मूळ स्वरूप पुनर्प्रस्थापित व्हायला हवे असेल, व्याधीमुक्ती व निरामय आरोग्याचे बक्षीस मिळवायचे असेल, तर सत्याचा स्वीकार करून त्यावर पूर्ण विश्वास ठेवावा लागेल. आजारपण, व्याधीची कारणे आता संपली आहेत असे आपण स्वतःला व स्वतःच्या शरीराला सांगितले पाहिजे. शरीराने केलेल्या मदतीमुळे स्वतःच्या मूळ स्वरूपाची आता आपल्याला नीट जाणीव झाली आहे, ओळख पटली आहे. स्वास्थ्य व निरामय आरोग्याकडचा आपला प्रवास आता सुरू झाला आहे. मूळ स्वरूपापासून ढळल्यामुळे व्याधी निर्माण झाल्या होत्या. खरे स्वरूप प्राप्त झाले की व्याधी नाहीशा होतील.

दैवी चेतनेच्या जाणिवेच्या दिशेने केलेल्या प्रवासाने व्याधीमुक्ती होते, हीलिंग होते.

सगळ्या जखडून टाकणाऱ्या समजुती एकत्र आत शिरल्यामुळे पृथ्वीतलावरची स्पंदने मंदावतात. सर्व खूप दाट, गडद होते. जखडणाऱ्या समजुती आपण सत्य म्हणून स्वीकारल्यामुळे प्रश्न निर्माण झाला. सचेत, निरोगी होणे हे त्यावरचे उत्तर आहे. सूक्ष्म व जलद स्पंदने मनाला मुक्त करतात. विचारप्रक्रियेत बदल घडवणारे विचार जसे उच्च होत जातात, तसे ते अजून मोकळे, सर्जनशील होत जातात व अजून उत्तम विचारांना जन्म देतात. आपल्यापैकी प्रत्येक जण जर योग्य प्रक्रियेचा भाग बनला, दुवा बनला तर पृथ्वीतलावरची स्पंदने पुन्हा जलद होण्यासाठी मोठीच मदत मिळेल. विचार, ऊर्जा व स्वास्थ्य सुधारण्याच्या प्रक्रियेतून आपल्यापैकी प्रत्येक जण भूतल निरोगी बनवण्यात हातभार लावू शकेल. स्वतःला सर्वोत्तम बनवता बनवता आपण पृथ्वीला सर्वोत्तम बनवू शकतो.

असे झाले म्हणजे दुःख, वेदना, दुष्ट प्रवृत्ती व व्याधी भूतलावर राहणारच नाहीत असे नव्हे. पण फरक असा असेल की, आपल्याला त्यामागचे प्रयोजन समजेल व प्रश्नाचे मुळापासून उच्चाटन करण्यासाठी आपण त्वरेने कामाला लागू. सर्वोच्च क्षमतेने जगणारे आत्मे असलेला एक नवा पृथ्वीतल निर्माण करता येईल. दैवी मानववंशाची निर्मिती होईल. दैवी चेतनेचा बहर पृथ्वीतलावर नंदनवन निर्माण करेल.

सारांश :

- आजाराच्या तडाख्याने कोसळणारा शेवटचा बुरूज म्हणजे आपले शरीर.
- आजार ही शरीराकडून आलेली हाक आहे.
- आपण म्हणजे फक्त एक शरीर नसून स्वजाणिवांचे, चेतनेचे भौतिक स्वरूपात झालेले रूपांतर आहोत, हे ओळखणे म्हणजे खरे हीलिंग, खरी व्याधीमुक्ती होय.
- बरे होण्याची, निरोगीपणाची कोणतीही प्रक्रिया 'स्वतःच्या शोधाशिवाय' पूर्ण होत नाही.
- आपल्या दोन पदरी अस्तित्वामुळेच सर्व शारीरिक, भावनिक व मानसिक आजार होतात.
- दोन पदरी अस्तित्व सोडून त्या दैवी चेतनेशी एकरूप होणे

म्हणजेच हीलिंग किंवा आजारमुक्ती होय.

- आपण स्वतः आपल्या प्रारब्धाचे कर्तेकरविते आहोत; मग ती व्याधी असो किंवा आजारमुक्ती.

- स्वतःबद्दलच्या भावना, विचार व समजुती यांच्या संबंधांमधूनच स्वास्थ्य ठरते.

- आरोग्य आणि चैतन्य ही आपल्या आत्म्याची निसर्गदत्त देणगी आहे.

- आत्म्याच्या मूळ स्वरूपापासून ढळल्यामुळे शारीरिक व्याधी निर्माण होतात. मूळ स्वरूप प्राप्त झाले की व्याधी नाहीशा होतील.

- आपल्यापैकी प्रत्येक जण जर जबाबदारीने या जाणीवपूर्ण व्याधीमुक्तीच्या प्रक्रियेचा स्वतः भाग बनला, तर एकत्रितपणे आपण पृथ्वीतलावरची ऊर्जा वाढवू शकतो, भूतलावर निरोगीपण आणू शकतो.

ध्यान - ४

भौतिक, मानसिक व वैचारिक देहपातळ्यांच्या पलीकडे जाऊन आपल्या चेतनेच्या, जाणिवेच्या सान्निध्यात राहण्याचा अनुभव तुम्हाला घेता यावा, या हेतूने या स्वाध्यायाची आखणी केली आहे. उगमापर्यंत मागे जाऊन आपण नेमके कोण आहोत हे समजून घ्यावे, हा यामागचा उद्देश आहे. आपले उत्तमाहून उत्तम 'स्व'त्व व आपले गुण त्या स्थितीत स्वतः अनुभवले तर त्यांना सध्याच्या भौतिक आयुष्यात पूर्णत्वाने व्यक्त होता येईल.

पुढील स्वाध्याय करताना पूर्ववाचन करून व मग आठवून त्याप्रमाणे ध्यान करावे अथवा एखादा मित्र हे वाचन करत असताना त्याच्याबरोबर ध्यान करता येईल. अजून एक पर्याय म्हणजे, स्वतःच्या आवाजात हा स्वाध्याय रेकॉर्ड करून मग ते ऐकतही ध्यान करता येईल.

या स्वाध्यायामधून पूर्णपणे फायदा मिळवायचा असेल तर काही महत्त्वाच्या सूचनांचे लक्षपूर्वक पालन करणे गरजेचे आहे.

- दिवसाची अशी वेळ निवडावी, जेव्हा तुम्हाला स्वाध्याय करताना कोणताही व्यत्यय येणार नाही.
- शरीर संपूर्णपणे शिथिल करता येईल असे सैल, आरामदायी व न काचणारे कपडे घालावेत.
- अशी जागा व आसनस्थिती निवडावी, जिथे संपूर्णपणे आरामात बसून या स्वाध्यायावर सर्व लक्ष केंद्रित करता येईल.
- शांत वाटेल असे मंद संगीत एकीकडे चालू ठेवावे, म्हणजे आजूबाजूच्या आवाजांनी व्यत्यय येणार नाही.

आता सुरुवात करू या–

आरामदायी स्थितीत बसावे.

डोळे अलगद मिटून घ्यावेत व स्वाध्याय संपेपर्यंत बंदच ठेवावेत.

दोन किंवा तीन श्वास घ्यावेत. नंतर श्वासोच्छ्वास नैसर्गिक गतीने सहजपणे चालू राहू द्यावा.

श्वासाच्या संथ गतीमुळे पोटाच्या होणाऱ्या लयबद्ध हालचालीवर लक्ष केंद्रित करावे.

श्वासाच्या लयबद्ध हालचालीवर जसे लक्ष एकाग्र होत राहील, तसे मन विचलित होणे व विचार येणे कमी होऊन नाहीसे होईल. हे होण्यासाठी पुरेसा वेळ द्यावा; घाई करू नये.

जसा विचारांचा वेग संथ होईल, तसे शरीराचे शिथिल होणे जाणवेल.

संपूर्ण लक्ष श्वासाकडे असावे. आत येणाऱ्या प्रत्येक श्वासाबरोबर आतपर्यंत शरीर शिथिल होत असेल ते जाणत राहा.

श्वासाच्या प्रक्रियेबद्दल सतत जागरूक राहा. प्रत्येक श्वासाबरोबर तुम्ही ताजी वैश्विक ऊर्जा आत घेत आहात. प्रत्येक उच्छ्वासाबरोबर थकलेली शिळी ऊर्जा शरीरातून बाहेर टाकत आहात.

शरीराच्या ज्या भागावर तुम्ही लक्ष केंद्रित केले असेल तिथे जी ऊर्जेची देवाणघेवाण सुरू आहे ती जाणत राहा. डोळ्यापासून पायापर्यंत संपूर्ण शरीराच्या प्रत्येक भागात क्रमाक्रमाने तुमचे लक्ष जाऊ द्या.

जड ऊर्जा जसजशी बाहेर पडत जाईल, तसतसे शरीर हलके होत जाईल, शिथिल पडू लागेल.

शरीरातील प्रत्येक भाग शिथिल होईपर्यंत ही कृती चालू राहू द्या. ताजी उबदार ऊर्जा- जी तुमच्या संपूर्ण शरीरातून वाहते आहे ती जाणत राहा. शरीरात एक हलकेपण, तरंगल्याची भावना जाणवते आहे.

काही वेळ ही अवस्था जाणत राहा, त्याचा आनंद घ्या.

आता या स्वाध्यायाचा मूळ हेतू तुमच्या मनात जाणीवपूर्वक आणा. तुमच्या मूळ 'स्व'शी संवाद साधायचा आहे. आपले दैवी उगमस्थान जाणणाऱ्या तुमच्या आत्म्याच्या त्या भागाशी तुम्हाला मनाने संबंध जोडायचा आहे.

ही इच्छा मनात धरून तुमच्या आत्मतत्त्वाशी संपर्क साधा. त्या आत्मतत्त्वाशी संबंध जोडा, जे तुमच्याबद्दल संपूर्णपणे जाणते, तुमच्या प्रत्येक जन्माची, प्रत्येक अनुभवाची त्याला माहिती आहे, तुमच्या प्रत्येक श्वासाची त्याच्याकडे नोंद आहे.

तुमच्या या आमंत्रणाला मान देऊन एक अतिशय तेजस्वी प्रकाश, एक चैतन्याचा अंश तुमच्या माथ्यावर येऊन उभा आहे, अशी कल्पना करा. हा तुमच्या दैवी चेतनेचा, आत्मतत्त्वाचा प्रकाश आहे.

हा प्रकाश कोणत्याही रंगाचा असू शकतो. जो रंग स्वाभाविकपणे समोर येईल तो स्वीकारा. नंतर कल्पना करा की त्या प्रकाशाचा एक अत्यंत तेजस्वी किरण सावकाश खाली तुमच्याकडे येत आहे, तुमच्यापर्यंत पोहोचतो आहे. तो किरण तुम्हाला पूर्ण वेढून टाकतो आहे. तुमच्या चेतनेकडून येणाऱ्या प्रकाशकिरणाच्या मधोमध तुम्ही उभे आहात असा अनुभव घ्या. या किरणाचा तुम्ही लिफ्टसारखा उपयोग करणार आहात. या प्रकाशकिरणाच्या साहाय्याने तुम्ही हळूहळू, टप्प्याटप्प्याने वर जात आहात, उगमाशी पोहोचता आहात.

सुरुवातीला जाणीवपूर्वक तुमच्या भौतिक शरीराचे भान ठेवा. तुमचे शरीर या प्रकाशाने कसे पूर्णपणे व्यापलेले आहे याचा अनुभव घ्या. शरीराचा एखादा भाग तुमचे लक्ष वेधून घेण्याचा प्रयत्न करीत आहे का? त्याची काही तक्रार, काही निरोप आहे का? शरीर जे जे तुम्हाला सांगते आहे त्याची नोंद घ्या. जेवढा आवश्यक तेवढा वेळ यासाठी घ्यायला हरकत नाही.

आता शरीराबरोबरचा हा संवाद झाल्यानंतर शरीरातून बाहेर पडण्याची इच्छा मनात आणा आणि बाहेर पडून प्रकाशाच्या लिफ्टमध्ये बसून उंच उंच जा. कल्पना करा की तुम्ही भौतिक शरीर मागे ठेवले आहे व उंच उंच जात आहात. तुम्हाला हलके वाटते आहे यावर लक्ष केंद्रित करा. भौतिक शरीराची जड ऊर्जा मागे सोडल्यामुळे खूप हलके हलके वाटते आहे.

वर जाता जाता भावनिक शरीराच्या पातळीवर लिफ्ट थांबेल. तुमचे भावनामय शरीर इथे मागे सोडून पुढे जायचे आहे.

दैवी चेतनेच्या प्रकाशकिरणांच्या मध्ये बुडलेल्या तुमच्या भावनामय शरीराशी संपर्क साधा, जोडले जा. भावनिक शरीराने इथे तुमच्यापासून

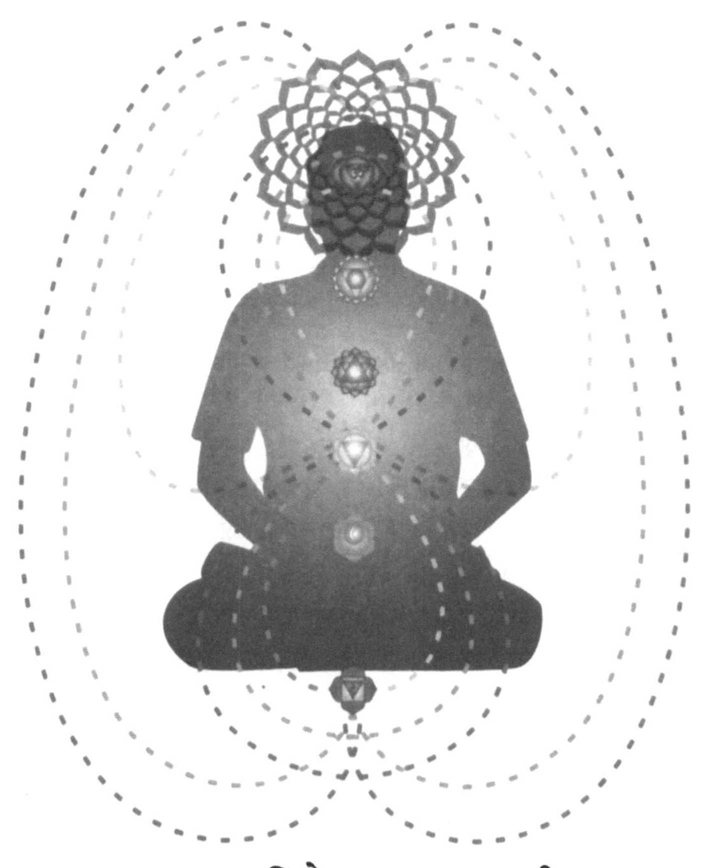

स्वजाणिवेतून स्वास्थ्यप्राप्ती

वेगळे व्हायचे आहे असे त्याला सांगा. तुमच्यातील सर्व भावभावना तुमच्यापासून अलग होऊन तुमच्यासमोर उभ्या ठाकल्या आहेत, असा अनुभव घ्या. आधी अनुभवल्याप्रमाणे त्या भावना तुम्हाला रंगीबेरंगी बुडबुड्यासारख्या दिसतील.

तुम्हाला प्रथमच जाणवत आहेत अशा काही नव्या भावभावना त्यात आहेत. तटस्थपणे भावनिक शरीरात या क्षणी काय काय प्रकट होते आहे, याची लक्षपूर्वक नोंद घ्या.

आता सावकाश तुमचे भावनिक शरीर या पातळीवर सोडून पुढे जाण्याची तयारी करा. भावनांची जड ऊर्जा मागे सोडल्यामुळे तुम्हाला

पूर्वीपेक्षा जास्त हलके वाटते आहे. प्रकाशाच्या लिफ्टमधून तुम्ही अजून उंच जाऊ लागला आहात. वर जाताना तुमची शक्ती, ऊर्जा अधिकाधिक सूक्ष्म होत चालली आहे. तुम्ही वर जात जात प्रकाशाची लिफ्ट आता तुमच्या विचारमय किंवा वैचारिक अंगाच्या स्तरावर येऊन ठेपली आहे, याचा अनुभव घ्या. तुमचे वैचारिक शरीर तुम्ही या पातळीवर सोडणार आहात.

तुमच्या वैचारिक शरीराला तुमच्यापासून विलग होण्याचा निरोप द्या. तुमचे सर्व विचार तुमच्यापासून वेगळे होऊन तुमच्यासमोर उभे ठाकले आहेत, असे जाणून घ्या. अनेक विचाररूपी फुलांचा बनलेला एक सुंदर पुष्पगुच्छ तुम्हाला समोर दिसेल.

स्वतःच्या चेतनेच्या दैवी प्रकाशात आपल्या विचारमय शरीराला पाहा. फुलांमध्ये काही काटे, तण आहेत का? ज्या भागामध्ये काम करायला हवे आहे असा भाग तुम्हाला सहजपणे दिसतो आहे का? स्वतःच्या विचारमय शरीराची वस्तुनिष्ठपणे नोंद घ्या.

मग सावकाश अजून वर जाण्यासाठी सिद्ध व्हा आणि शेवटी आपल्या स्वतःच्या दैवी अंगाशी जाणीवपूर्वक जोडले जा. मनात अशी इच्छा आणताक्षणी तुम्ही प्रकाशकिरणांबरोबर उंच जाल. सर्व जड, भारी ऊर्जेचा त्याग केल्यामुळे तुम्ही प्रचंड वेगाने त्या प्रकाशाच्या उगमाकडे जात राहाल.

दैवी चेतनेशी जोडले जाताना प्रत्येक क्षणी सजग राहा. शरीराविना असलेले तुम्ही किती हलके झाला आहात, ते अनुभवा. तुमच्या स्वतःच्या दैवी अंशाजवळ पोचताना झालेला हर्ष, तुम्हाला वेढून राहणारा परमानंद अनुभवत राहा.

सगळ्या सीमारेषा ओलांडून तुमच्या उगमाशी सर्वार्थाने एकरूप व्हा. कोणतीही आडकाठी न ठेवता, अमर्यादपणे विस्तारत राहा. ही अत्यानंदाची अवस्था पूर्णपणे उपभोगा. तुमच्या चेतनेची एक अबोल शांती जाणत राहा, अनुभवत राहा.

एकीकडे हे उपभोगताना, त्यात नाहून निघताना तुमची सर्वोत्कृष्ट अवस्था कशी झाली आहे, हे लक्षात घ्या. या अवस्थेत तुमच्यात कोणते गुण दिसत आहेत, स्वतःबद्दल तुम्हाला कसे वाटते आहे; हे जग, हे अवकाश यांच्याशी तुमचे काय नाते आहे असे वाटते आहे,

या जीवसृष्टीशी कोणत्या धाग्याने जोडला आहात तुम्ही?

या स्थितीत असताना तुम्ही मागे खाली सोडून आलेल्या स्वतःच्या काही हिश्शयांकडे नजर टाका. तुमचे भौतिक, भावनिक व वैचारिक शरीर पाहा. एक बिनशर्त अमर्याद प्रेमाचा लोट तुमच्यामधून उत्स्फूर्तपणे वाहतो आहे तो अनुभवा. कोणताही न्यायनिवाडा न करता बिनशर्तपणे तुम्हाला वाटणारा आधार, प्रोत्साहन जाणून घ्या.

आवश्यक तेवढा वेळ या प्रक्रियेसाठी घ्या. ही अवस्था जाणत राहा, पडताळत राहा. आतापर्यंत अज्ञात असणाऱ्या सर्व छुप्या पातळ्यांवर स्वतःचा शोध घ्या. स्वतःचे समन्वेषण करा. तुमच्या खऱ्या, मूळ स्वरूपाचे सौंदर्य व शक्ती तुमच्या जाणिवांपर्यंत पोचू दे.

पूर्ण समाधान झाले की परतीच्या प्रवासासाठी सज्ज व्हा. कल्पना करा किंवा जाणा की सावकाश तुमच्या वैचारिक शरीरात तुम्ही परत जात आहात. पाठोपाठ तुमच्या भावनिक व शेवटी भौतिक शरीरात प्रवेश करत आहात.

जाणीवपूर्वक स्वतःच्या दैवी अंशाशी जोडले गेल्यामुळे तुमच्या चेतनेचा तेजस्वी प्रकाश तुम्ही बरोबर आणला आहे. हृदयात असणाऱ्या एका प्रचंड हिऱ्यासारख्या प्रकाशाची प्रभा शरीराचा कण न् कण व्यापते आहे.

हा दैवी प्रकाश आता तुमच्या समवेत कायमचा राहणार आहे. तुमच्या प्रत्येक विचारात, शब्दात, कृतीत झिरपणार आहे. तुम्ही परत आणलेल्या तुमच्या दैवी अंशाचे सर्व गुण यातून प्रकटणार आहेत, व्यक्त होणार आहेत.

पाहिजे तेवढा वेळ या अवस्थेत राहा. आता आलेल्या अनुभवाचे सर्व बारकावे तुमच्या जाणिवेत प्रयत्नपूर्वक साठले जाऊ दे.

हा तेजोमय प्रकाश तुमच्यातून बाहेर परावर्तित होत असतानाच सज्ज व्हा आणि सावकाश डोळे उघडा.

वेलकम बॅक.

तुमचे स्वागत आहे.

माझी खऱ्या स्वतःशी भेट

– स्वतःकडून प्रेमपूर्वक

समारोप

या स्वजाणिवेच्या कथेचा मुख्य भाग म्हणता येईल असा एक मुद्दा म्हणजे जरी आपण आपली खरी ओळख विसरलो असलो तरी आपण खरे जसे होतो तसेच राहिलो आहोत. आपल्या आत्म्याचे जन्मजात स्वभावगुण आपण हरवून टाकलेले नाहीत. दैवी चेतनेचा ठिणगीरूपी अंश असणाऱ्या आपल्या आत्म्यात ते निर्मितिक्षम स्वभावगुण आहेतच. मुळात ज्या शक्तीमुळे हे जग निर्माण झाले, ती निर्मितिक्षमता आपल्यात वसते आहेच. पण या प्रवासात आपली दृष्टी दुसरीकडे वळली. अजाणतेपणे का होईना आपण आपली ज्यात श्रद्धा आहे, विश्वास आहे ते निर्माण करत राहिलो.

आपण ज्याच्या प्रति विश्वास ठेवतो, तेच आपण निर्माण करत राहतो, हे सत्य आहे. आपल्या विचारांवर ज्याचे अधिराज्य असते, तीच गोष्ट आपल्या हातून निर्माण होत राहते. द्वेष, मत्सर, राग, दुःख, व्याधी आणि आजारांनी भरलेल्या जगावर जर आपण नकळत विश्वास ठेवत असू, तर आपण तेच निर्माण करतो. आपण प्रेम, आनंद, मुबलकता, नवनवीन अनुभव यांनी समृद्ध अशा सुंदर आणि मंत्रमुग्ध करणाऱ्या विश्वावर श्रद्धा ठेवली, तर निश्चितपणे तेच निर्माण करू.

या क्षणी माझ्या मनात खूप अभिमान आणि आनंद दाटलेला मला जाणवतो आहे. तुमच्या समवेत मानवी उत्क्रांतीच्या मार्गाची पुन्हा उजळणी झाल्यामुळे आपल्या शाश्वत, मजबूत उगमस्थानाशी जोडला गेलेला संबंध मी अनुभवतो आहे.

सभोवतालच्या जगाच्या शोधप्रक्रियेत बुडून गेल्यामुळे व आपल्या उगमस्थानापासून फारकत झाल्यामुळे आपण थोडे भरकटलो आहोत. आपला प्रवास आरामदायी, बिनत्रासाचा होण्याचा मार्ग दाखवणाऱ्या

त्या स्थानामध्ये आणि आपल्यात फार अंतर पडले आहे. रसातळाला जाऊन स्वतःचा विनाश ओढवून घेण्यापर्यंत जरी मनुष्यजात पोहोचली असली, तरी उलटे वळून परत फिरण्याची तिची वेळ आता आली आहे. क्षणभर थांबून, मागे वळून पाहत या सगळ्याची कशी सुरुवात झाली, आपल्याला कोणत्या दिशेने जायचे आहे, हा विचार करण्याची गरज अधिकाधिक लोकांना जाणवते आहे. पुनरवलोकनाच्या आपल्या सर्वांच्या या निर्णयाचा मला मनापासून हर्ष होतो आहे.

या साहसाच्या आरंभापासून आपल्या दैवी चेतनेकडून जे बिनशर्त प्रेम व आधार आपल्याला मिळत आला आहे, त्याची जाणीव या पुनरवलोकनाच्या प्रक्रियेतून आपल्याला होणार आहे. आजूबाजूला गोंधळ, आवाज, चकचकाट, झगमगाट असूनही आतला मार्गदर्शक आवाज आपल्याला ऐकू येऊ लागला आहे, याचे मला खूप समाधान वाटते आहे. अनेक मुखवट्यांच्या पदराखाली अध्यात्माबद्दल कदाचित अनादर असला, तरी त्या भावनेच्या आतमध्ये कुठेतरी आपल्यातील दैवी अंशाची जाणीव जागृत आहे, याची मला खात्री आहे. मला त्याचा निर्विवाद आनंद आहे; कारण ही जाणीव आपल्याला स्वास्थ्यप्राप्तीकडे नेणार आहे.

या जाणिवेच्या पातळीपर्यंत पोचण्याचा पर्याय खूप जण निवडत आहेत. संपूर्ण स्वास्थ्यप्राप्तीसाठी स्वजाणीव आवश्यक आहे, याची जाणीव अनेकांना होऊ लागली आहे. प्रत्येक प्रश्नात त्याचे उत्तर लपलेले असते असे सांगत आपल्या अंतःप्रेरणेतील ज्ञान आपल्याला मार्ग दाखवते आहे; कारण समोर उभे ठाकलेले कोणतेही आव्हान पेलण्याची बुद्धी माणसात उपजतच आहे.

स्वास्थ्यप्राप्ती म्हणजे स्वतःमध्ये खोलवर डोकावून बघण्याची प्रक्रिया होय.

आपल्या खऱ्या, मूळ स्वरूपावर जाणीवपूर्वक लक्ष केंद्रित केल्यास त्यामधून स्वास्थ्य उमलणार आहे.

◆

जे चिरंतन
जाणिवा
मन
भावना
शरीर

पीस, लव्ह अॅन्ड हीलिंग

मूळ लेखक
बर्नी एस. सिगल
एम.डी.

अनुवाद
पूर्णिमा कुंडेटकर

साधारण दहा वर्षांपूर्वी मूळ प्रकाशित झालेले 'पीस, लव्ह अँड हीलिंग' हे पुस्तक आपल्यामध्ये स्वत:ला बरे करण्याची शक्ती अंगभूतच आहे, हा क्रांतिकारी संदेश देते. अनेक शास्त्रीय अभ्यासांतून हे आता सिद्धही झालेले आहे. मन, बुद्धी आणि शरीर यांतील परस्परसंबंध आता संपूर्ण वैद्यकीय क्षेत्राकडूनही स्वीकारले जात आहेत. याच तत्त्वाचा पुन्हा परिचय करून देताना डॉ. बर्नी एस. सिगेल चेतना, मनोसामाजिक घटक, वृत्ती आणि प्रतिकार यंत्रणा यांमधील संबंधांवरील सध्याच्या संशोधनावर प्रकाश टाकतात.

सिगेल म्हणतात, 'प्रेम आणि मन:शांती आपले नक्कीच संरक्षण करीत असते. जीवनाच्या खडतर प्रवासामध्ये समस्यांचा सामना करायला यामुळेच ताकद येते. आपल्याला टिकून राहण्यास शिकवले जाते, वर्तमानामध्ये जगायला प्रोत्साहन मिळते आणि आलेल्या प्रत्येक दिवसाचा सामना करायला नव्याने जोम येतो.'

9 789353 172527